குறி வைத்து அடி

மருத்துவர் இரா. ஆனந்தகுமார், இ.ஆ.ப.

நியூ செஞ்சுரி புக் ஹவுஸ் (பி) லிட்.,
41- பி, சிட்கோ இண்டஸ்டிரியல் எஸ்டேட்,
அம்பத்தூர், சென்னை- 600 050.
☎ : 044 - 26251968, 26258410, 48601884

Language: Tamil
Kuri Vaiththu Adi
Author: **Dr. R. Anandakumar I.A.S.**
First Edition: January, 2020
Second Edition: November, 2024
Copyright: Author
No. of pages: 142
Publisher:
New Century Book House Pvt. Ltd.,
41-B, SIDCO Industrial Estate,
Ambattur, Chennai - 600 050.
Tamilnadu State, India.
Email: info@ncbh.in
Online: www.ncbhpublisher.in

ISBN: 978 - 81 - 2343 - 973 - 0
Code No. A 4346
₹ 100/-

Branches
Ambattur 044 - 26359906 **Spenzer Plaza (Chennai)** 044-28490027
Trichy 0431-2700885 **Pudukkottai** 04322- 227773 **Thanjavur** 04362-231371
Tirunelveli 0462-4210990, 2323990 **Madurai** 0452 2344106, 4374106
Dindigul 0451-2432172 **Coimbatore** 0422-2380554 **Erode** 0424-2256667
Salem 0427-2450817 **Hosur** 04344-245726 **Krishnagiri** 04343-234387
Ooty 0423 2441743 **Vellore** 0416-2234495 **Villupuram** 04146-227800
Pondicherry 0413-2280101 **Nagercoil** 04652-234990

குறி வைத்து அடி
ஆசிரியர்: மருத்துவர் இரா. ஆனந்தகுமார், இ.ஆ.ப
முதல் பதிப்பு: ஜனவரி, 2020
இரண்டாம் பதிப்பு: நவம்பர், 2024

அச்சிட்டோர்: பாவை பிரிண்டர்ஸ் (பி) லிமிடெட்.,
16 (142), ஜானி ஜான் கான் சாலை, இராயப்பேட்டை, சென்னை - 14
☎: 044 - 28482441

All rights reserved. No part of this book may be reprinted or reproduced or utilised in any form or by any electronic, mechanical, or other means, now known or hereafter invented, including photocopying and recording, or in any information storage or retrieval system, without permission in writing from the publishers.

பொருளடக்கம்

1. போட்டித் தேர்வில் வெற்றிப்படி! — 5
2. சோதனை டு சாதனை — 14
3. அடிச்சுத் துவைங்க — 20
4. குறி வைக்காமலும் அடி — 26
5. பார்க்காத கண்ணும் பார்க்கும் — 35
6. ச்சாய்ஸ் இல்லாமல் அடிப்போம் — 45
7. செடி வைத்தும் அடி! — 55
8. குடிமையியல் படி! — 62
9. சித்திரம் பேசுதடி — 70
10. தள்ளாமல் அள்ளுவோம் — 77
11. கதை கதையாம் காரணமாம் — 83
12. கேள்வி மீன்கள் நீந்துமா? — 89
13. அந்தமானைப் பாருங்கள் அழகு — 97
14. தீதும் நன்றும் நாமே தருவதே — 110
15. ஆரம்பம் – முடிவு — 122

Keywords — 133

பிரிவு : 1

போட்டித் தேர்வில் வெற்றிப்படி!

1.1. முன்னுரை:-

ஆதியும் அந்தமும்:

அன்பு நண்பர்களே

இந்தப் புத்தகத்தின் இறுதிப்பகுதி அந்தாதி!

எடுத்தவுடன் ஏன் முடிவைப் பார்க்கிறோம் என்றால்...

இந்தப் புத்தகம் முடிவில் தொடங்கவல்லது!

சுற்றிச் சுற்றி வருவது.

ஆரம்பித்தவுடன் முடிவது... மேற்கண்ட வரிகளுக்கான அர்த்தங்களை இன்னும் விரிவாக... பிரிவு 15.0 இல் பார்க்கலாம்.

இதற்கான விளக்கங்களை

படிக்கப்படிக்கச் சுவைக்கலாம்.

புத்தகத்தின் உள்ளே இருக்கிற பரபரப்பான காட்சிகளை இங்கே ஒன்லைன் ட்ரெய்லர்களாக தந்துவிட ஆசை...

அறுவா... பேனா... 15.4

தூக்கப் பெட்ரோல் 14.7

புரூஸ் லீ அடி 8.4

எது கம்ப சூத்திரம் 3.4

கேள்வி குங்ஃபூ 8.4

நினைவுக் கலங்கரை விளக்கங்கள் 9.4

போட்டித் தேர்வுகளுக்கு தயாராகும் தேர்வாளர்களுக்கு உதவி புரிவதற்காக நிறைய புத்தகங்கள் எழுதப்பட்டு வருவது நாம் அறிந்ததே. இந்நிலையில் 30.1.19 அன்று நண்பர் வி.சண்முகம்... அவர்களுடன் கலந்துரையாடுகையில்... சார் எக்ஸ்க்ளூஸிவா

எங்களுடைய பயிற்சி மையத்திற்கென ஒரு புத்தகம் எழுதுங்கள் அதற்கான அவசியம் இருக்கிறது தேவை இருக்கிறது. பள்ளி கல்லூரி களில் படிக்கிற பல மாணவ மாணவியர்களை நாங்கள் சந்திக்கிறோம், அவர்களுக்கு பயனுள்ள வகையில் புத்தகங்களைத் தர வேண்டும் என்று விரும்புகிறோம் என்றார். அதன் விளைவே இந்தப் புத்தகம். ஆனால்... அப்படி ஆரம்பித்த புத்தகம்... எப்படி முடிந்தது என்று... நீங்களே பாருங்கள்... உதாரணமாக... ஐந்தாம் பிரிவு தொடக்கம் பாருங்கள்.

இந்தப் புத்தகத்தில் போட்டித் தேர்வு தயாரிப்பு முறைகளை அலச உள்ளோம். அதிலும் முதலில் பிரிலிமினரி, யு.பி.எஸ்.ஸி தேர்வுகளைக் குறி வைப்போம்.

இந்தப் புத்தகம்... யாரைக் குறிவைத்து எழுதப்பட்டுள்ளது...? என்று இங்கேதான் சொல்ல வேண்டும். ஆனால் பன்னிரண்டு பிரிவுகள் தள்ளி 12.5 இல் சொல்லப்பட்டுள்ளது. அப்படி ஒரு கலக்கல் புத்தகம் இது.

வி.சண்முகம் கேட்டதனால் எழுதுவதனால் அவரையே கேட்டோம் என்ன எழுதுவது? என்று. உங்களுக்குத் தெரியாதது இல்லை இருந்தாலும் சொல்கின்றேன் என்று தயக்கத்துடன் சொல்லத் தொடங்கி ஆறு படிநிலைகளைச் சொன்னார்.

1.2 ஆறாய்ப் பெருகி ஓடும் ஆறு ஐடியாக்கள்:-

1. சிலபஸை படித்தல்

   பாடப் புத்தகங்களை வரிசையாகப் படித்துக்கொண்டே உட்கார்ந்து விடுவதில் பொருள் இல்லை. சிலபஸ் கவர் ஆகும் வண்ணம் படிக்க வேண்டும்.

2. பழைய கேள்வித்தாள்களை அலசி ஆராய்தல்

   இந்த படிநிலை முக்கியமானது. பழைய கேள்வித்தாள்கள்தான் புதிய கேள்வித்தாள்களைப் பிரசவிக்கின்றன. மேற்கண்ட வாக்கியம் மிகைப்படுத்தப்படவில்லை. நண்பர்களே! பழைய கேள்வித்தாளை ஆராய... ஆராய... புதிய கேள்விகள் எப்படி வரும்? என்று கண்டு பிடித்துவிடலாம். இதைப்பற்றி விரிவாக பின்னர் பார்க்கலாம்.

3. பாடப்புத்தகங்களில் முக்கியமான 'சப்-டாபிக்' உப தலைப்புக்களைக் கண்டறிதல். இந்தப் படிநிலையை வி. சண்முகம் குறிப்பாகச் சொன்னார். பரந்து விரிந்த பாடப்புத்தகப் பட்டியலில்... குறிப்பிட்ட உப தலைப்புக்கள் முக்கியமானதாகக் கருதப்படுகின்றன. உதாரணமாக

யு.பி.எஸ்.ஸி கேள்விகளுக்கான பாடப்பகுதிகளை இணையதளம் மூலமாக பதிவிறக்கம் செய்து தேடிய பொழுது கிடைத்த விவரங்கள் மற்றும் அனுபவங்களைக் குறித்து இதோ இன்னும் சற்று நேரத்தில் நாம் படிக்க உள்ளோம். அது போட்டித் தேர்வாளர்களுக்குப் பயனுள்ளதாகவே இருக்கும். இந்தப் புத்தகத்தை எழுதுவதன் மூலம் இதை எழுதியவருக்கும்... பொது அறிவுப் பகுதியை 'அப்டேட்' செய்துகொண்ட பலனும் கிடைக்கிறது.

"கொடுத்தாலும் நிறைவன்றிக் குறைவராதது"

என்பது... கல்விப்பெருஞ்செல்வம் அன்றோ!

4. புத்தகங்களை மட்டுமே தொடர்ந்து முறைத்துப் பார்த்துப் படித்துக் கொண்டே இருக்காமல் அதை மூடி வைத்துவிட்டு மனதில் படித்தவற்றை ஓடவிட்டு திருப்புதல் (ரிவைஸ்) செய்து பார்த்தல்.

தனியார் பயிற்சி மையம் நடத்திவருகின்ற நண்பர் வி. சண்முகம், ஏராளமான இளைஞர்களைச் சந்தித்திருக்கிறார்... போட்டித் தேர்வு களைப் பதினைந்து வருடங்களுக்கு முன்னர் சந்தித்த நூலாசிரியர் அந்த நினைவுகளைத் தூசு தட்டுவதற்கு...

வி. சண்முகமுடைய 'கரெண்ட்' ட்ரெண்ட்டிங் நாலேட்ஜ் மிகவும் உதவியாக இருந்தது. குறிப்பாக இந்த நாலாவதாக வந்துள்ள பாயிண்ட் மிகவும் உபயோகமானது. இதில் என்ன ஸ்பெஷாலிட்டி என்றால்... எல்லோரும் படிக்கிறதுக்கான வழிவகைகளை தெரிஞ்சு வச்சிருப்பாங்க... ஆனால் அதை மற்றவங்களுக்குப் படிப்படியாக தெரிஞ்சு... 'கப்' புன்னு புடிச்சிக்கிறா மாதிரி... சொல்லித்தர எழுதித்தர கொஞ்சம் பேருக்குத்தான் முடிகிறது. மனதில் நினைவுகளை கண்களைத் திறந்துகொண்டே... காட்சிப்படுத்திக் காண்பது எப்படி என்று ஒரு பேராசிரியர் சொல்லித் தந்தார். அவரைப் பற்றி பகுதி 15.3 இல் காணலாம்.

திரு. வி. சண்முகம் போல திரு. சங்கர சரவணன் அண்ணாச்சி, தர்மபுரி ஹரி, சென்னை, பொன் குழலி அரவிந்த், மதுரை வெங்கட், திருச்சி வாணி, சென்னை ஜெனிதா மற்றும் நிறைய வாசகர்கள், வாசகிகள், வழிகாட்டிகள், பெரியவர்கள் தங்களுடைய கருத்துக்களை அவ்வப்போது வாட்ஸ் அப் மூலமாகப் பகிர்ந்து கொண்டனர். இது குறித்து மீண்டும் பகுதி 6.2.இல் காணலாம். அவர்கள் படித்துவிட்டு சொன்ன கருத்துக்கள் நமது நூலில் ஆங்காங்கு தெளிக்கப்பட்டு சாரி... தெரிவிக்கப்பட்டு உள்ளதுங்க. புத்தகத்தை மூடி வைத்த பின்பும் மனதில் நிற்கிற மாதிரியான ஃபீட்பேக் (Feed back) பின்னூட்டம் அது. அவை நிலைத்து நம் மனதில் நினைவு விதைகளாக இருந்து வளரும். இன்னும் பல நன்மை விரும்பிகள் தங்கள் பெயர் குறிப்பிடாவிட்டாலும் குறிப்பிட்டிருந்தாலும்... மற்ற

நண்பர்கள் கூறியது போலவே தாங்களும் ஆமோதித்து கருத்துத் தெரிவிப்பதாக மகிழ்ந்து கூறினர்.

புத்தகம் இப்பொழுதுதான் ஆரம்பிக்கிறது. இங்கேயே புத்தகத்தை மூடி வைத்து விட்டு ரிவைஸ் செய்வது பற்றி பேசி இருக்கிறோம். சரிதான்... ஆரம்பம்தான் முடிவு முடிவுதான் ஆரம்பம் என்கிற ரீதியில் சில செய்திகள் பின்னே வர உள்ளன. புத்தகத்தை மூடி வைத்தாலும், கண்களை மூடி வைத்தாலும், திறந்து வைத்தாலும் மனதின் வழியாக... படித்ததைப் பார்க்க முடியும். அப்படி மனம் வழியாகப் படிப்பதில் தடங்கல் வந்தால்... அதை மீண்டும் புத்தகத்தைப் பார்த்தோ அல்லது எடுத்து வைத்திருக்கிற சிறு குறிப்புகளைப் பார்த்தோ நினைவில் நிறுத்தலாம். அதைப் பற்றித்தான் இந்தப் பாயிண்ட் சொல்கிறது... இந்த நாலாவது படிநிலையைப் பற்றி மேலும் விவரமாக புத்தகத்துக்குள்ளே போகும்பொழுது பார்க்கலாங்க.

1.3. அலுமினிய அண்டா - வந்த கதை

5. திருப்புதல் (ரிவிஷன்) செய்து பாடங்களைப் படித்ததை மறந்து போய்விடாமல் அவ்வப்போது மீண்டும் நினைவில் நிறுத்துதல். பழைய கேள்வித்தாள்களில் உள்ள கேள்விகளை ஒட்டி அடுத்த வருடம் என்ன மாதிரியான கேள்விகள் வரும் என்று ஆழ்மனது தன்னைத்தானே தயாரித்துக்கொண்டுவிடும்.

இந்தப் படிநிலையில்... பாடங்கள் படித்தால் மறந்து போய் விடுகிறது என்று சொல்கின்ற மாணவச்செல்வங்களுக்கு ஒரு உதாரணம் சொல்லலாம்... சமீபத்தில் வெளிவந்த 'பேட்ட' என்ற சூப்பர் ஸ்டார்... படத்தைப் பார்த்த நண்பர் ஒருவர்... சார்...

நான்... ரஜினி ரசிகர்...

"எத்தனை சந்தோஷம் ...

தினம் கொட்டுது உன்மேல"...

உல்லால... உல்லால... என்று

பாடல் வரும்பொழுது... "கூஸ்பம்ப்ஸ் வருதில்லீங்களா" என்று கேட்டார்... கூஸ்பம்ப்ஸ் என்கின்ற ஆங்கிலச் சொல்லுக்கு முதலில் அர்த்தம் சொல்ல வேண்டும். அதாவது மெய்சிலிர்த்துப் போதல்... என்கின்ற நிலையில்... உடம்பு எல்லாம், குளிர், பயம், வியப்பின் உச்சம்... என்கின்ற நிலைகளில்...

ஆறாவது 'பாயிண்ட்' என்ன? என்று அறிய நீங்கள் ஆவலாக இருப்பீர்கள்! சொல்கிறேன்... அதற்குள் சுவாரஸ்யமாக நடந்த நிகழ்ச்சி குறித்த தகவல்...

வீட்டில் மகள், எட்டாவது படிக்கிற பெண்ணிடம்... கணக்குப் பாடத்தைப்பற்றி பேசிக்கொண்டிருந்தோம்...

ஒரு காம்ப்ளிகேட்டட் வடிவத்தில் இருந்த ஜியோமெட்ரிக்... வரைப்படத்தின் பரப்பளவை தனித்தனியாகப் பிரித்து அளந்து ஃபார்முலா போட்டு கண்டுபிடித்துக் கொண்டு இருந்தாள்... "கலக்குறீங்க பாஸ்... இப்பல்லாம் கணக்கில்... நல்ல மதிப்பெண்கள் வாங்குறீங்க போல..."

இது அப்பா!

கணக்கு வழக்குப் பார்க்காம... கணக்கை புரிஞ்சிக்கிற வரை படிக்கிறேன்... அல்லது டவுட் கேட்டு தெரிஞ்சுக்கறேன்!

அதனாலதானுங்க அப்பா!

இது மகள்...

ஆனால்... அவளது பள்ளியில் படித்த முன்னால் மாணவ மாணவியர் என்ன சாதித்தார்கள் என்று மட்டும் அதிகம் பேசுவதே இல்லை... அதனால் அதைப்பற்றிக் கேட்டார் அப்பா... 'அலும்னி மீட்' உங்க ஸ்கூலில் அரேஞ்ச் பண்ணுவாங்களா?

என்று அப்பா கேட்டார்...

அலும்னி... என்றால்... இது மகள்...

அதுவா...

அலுமினிய அண்டா மாதிரி பாத்திரத்தில்... பிரியாணி சமைத்து அனைவரும் சாப்பிடுவதுதான் 'அலும்னி' என்று அழைக்கப்படுகிறது... என்றதும்...

ஆஹா ஆரம்பிச்சுட்டீங்களா? ஏன்ப்பா... இப்படிச் செய்கிறீர்கள்? கேட்டால் சொல்லுங்களேன்! அப்படி என்றால் என்ன? என்று மீண்டும் கேட்டாள்.

அலும்னஸ் (ஆண்பால் alumnus) என்றால் பள்ளி அல்லது கல்லூரியின் முன்னால் மாணவர், இதுவே மாணவி என்றால் alumna.... பலர்பாலில் வேண்டும் என்றால் அலும்னி ஆகும் என்று எப்போதோ படித்த சமாச்சாரத்தை மீண்டும் கூகுளாண்டவர் உதவியோடு இன்னும் கொஞ்சம் சேர்த்து... பழங்கால இலத்தீனில் 'சோறூட்டி வளர்த்த பிள்ளை' என்பதே அலும்னஸ் என்பதன் பொருள் என்பது வரை படித்தோம்...

அப்பா இருபத்தைந்து வருடம் கழித்து சந்தித்தார்கள் என்று வருமே! அதற்கு அலுமினிய விழா? என்று சொல்வார்களோ? என்று கேட்க...

அப்போதான் தோன்றியது குழந்தை எப்படி யோசிக்கிறாள் என்று...

கோபியில் டைமன்ட் ஜுபிலி என்று ஒரு பள்ளி உள்ளது. கோபி என்பது கோபிச்செட்டிபாளையம் டைமன்ட் ஜுபிலி என்றால் அது அறுபது வருடம் கழித்து அந்தத் தொடக்க நாளில் கொண்டாடுவது.

25 என்றால் சில்வர் ஜுபிலி

50 வருடம், நாட்கள் அல்லது மாதம் கழிந்தால் கோல்டன் ஜுபிலி

எழுபது வருடம் என்றால் பிளாட்டினம் ஜுபிலி இப்படியே பேசிக்கொண்டே... விக்கிபீடியாவைப் பார்த்தால் ஆச்சிரியத்தில் கண்கள் விரிந்தன. முதல் வருட கொண்டாட்டத்தைப் பேப்பர் ஜுபிலி என்று தொடங்கி இரண்டாவதை பருத்தி... என்றும் சொல்லி வரிசையாக எழுதிக்கொண்டே போனால்... அதில் அலுமினிய ஆண்டு என்று ஒன்று இருந்தது...

அட்றா சக்கை... குழந்தை சொன்னதும் சரிதான் நாம்தான் அவசரப்பட்டு பிரியாணி அது இது என்று ஓட்டிவிட்டோம் என்று நினைத்தோம்...

ஆமாம் அலுமினிய வருடம் எத்தனையாவது? தெரியுங்களா? சொல்கிறோம்.

1.4. ஆறாவது பாயிண்ட்

ஆறாவது பாயிண்ட் என்ன என்று கேட்டு... இடைவெளி விட்டு இருந்தோம்!

ஆறாத ஆர்வத்தோடு... அது என்ன என்று தெரிந்து கொள்ள வேண்டும் என்று நீங்கள் நினைத்திருக்கலாம். உங்களுக்காக... இதோ பாருங்கள் பாயிண்ட் ஆறு...

கேள்விகளை பரீட்சை சூழ்நிலையில் எதிர்கொண்டு மாக் டெஸ்ட் (Mock Test) எனப்படும்... தேர்வில் எப்படி எழுதுவோமோ? அதே மாதிரி எழுதிப் பார்க்க வேண்டும். நேரம், மூன்று மணி நேரம் என்றால்... அவ்வளவு நேரமும் சின்சியராக எழுதிப் பார்க்க வேண்டும். இடையில் எக்காரணம் கொண்டும்... நாம்தானே 'நடுவர்' என்று நினைத்து கொஞ்ச நேரம் செல்ஃபோனை நோண்டுதல்... டீ சாப்பிட போதல்... என்று இடைவெளி எடுத்துக்கொள்ளக்கூடாது. பரீட்சை முடிந்த பின்னர்... கேள்விகளுக்கான பதில்களை ஷேட் (Shade) செய்த பதில்தாளைத் திருத்த வேண்டும். அதற்கென ஒரு

நகலெடுக்கப்பட்ட ஓ.எம்.ஆர் சீட்டுக்களை (OMR sheets) வைத்திருக்க வேண்டும். இப்படி... ஆறு பாயிண்ட்களைப் பற்றி ஒரு அவுட்லைன் பார்த்துவிட்டோம். இந்த ஆறு விசயங்களைக் குறித்து மேலும் ஆழமான விவரங்களை இந்தப் புத்தகத்தில் பார்க்க உள்ளோம்.

1.5. தீ - செய்தி - புல்லரிக்கிற செய்தி

இதற்கு இடையில் 'பேட்ட' பாடலைப் பற்றிக் கேள்விப்பட்டோம், இல்லையா... அதெல்லாம் ஒரு சுவாரஸ்யத்திற்காக... மசாலா... போல சேர்க்கப்பட்டு உள்ளதுங்க. அதைப் பாதியில் நிறுத்தி இங்குமங்குமாகத் தொடர்வது... இந்தப் புத்தகம் ஒரு போட்டித்தேர்வுப் பயிற்சி புத்தகமா? அல்லது... துப்பறியும் கதைப் புத்தகமா? என்றே தெரியாத வண்ணம் விறுவிறுப்பாக அமையப் போகின்றது. இந்த எழுத்தாளர் தேர்வு களுக்குப் படிக்கும்பொழுது இப்படியொரு புத்தகம் இருந்தால் எப்படி இருக்கும்? என்று ஏங்கினார்... படிப்பதை ஒரு கிரிக்கெட் போட்டியைப் பார்ப்பது போல அடுத்த பந்தில் என்ன நடக்கும்? என்கிற சுவாரஸ்யமாக மாற்ற முடியும்... என்பதற்கான உதாரணமே இந்தக் கதை...

சமீபத்தில் ஒரு பள்ளி ஆண்டு விழாவில் கலந்து கொண்டோம். அதில் தாளாளர் அவர்கள்... திரைப்படங்கள் படிப்பதற்குத் தீங்கு விளைவிக்கும் என்று கூறினார். ஆனால் இந்தப் புத்தகத்தில்... ரஜினி ரசிகராக... 'கூஸ்பம்ப்' வருகிறது என்று சொன்னவர் ஒரு இ.ஆ.ப அதிகாரிதான்... அவர் கும்பகோணம் சப்கலெக்டராக இருந்து... எஸ்.டி சான்றிதழ் தருவது, பல கிலோமீட்டர் நீளமுள்ள கால்வாய் களைத் தூர் வாரியது (சி.எஸ்.ஆர் நதிமூலம்), இயந்திரப் பெருச்சாளி மூலம்... சாக்கடை கழிவு அடைப்புக்களை நீக்குவது போன்ற பல சிறந்த நல்ல காரியங்களைச் செய்து நல்ல பெயர் பெற்றவர். அவர் பெயர் என்ன என்று இந்தப் பிரிவின் முடிவில் பார்க்கலாம்.

திரைப்படங்கள் நெருப்பு (தீ) மாதிரி... அதை வைத்து தேர்வு அடுப்பு மூட்டி மதிப்பெண் சமைக்கலாம்... அல்லது படிப்பு வீட்டையே கொளுத்தலாம்! பரீட்சை மெழுகுவர்த்தியை ஏற்றலாம்! அல்லது வீண் பொழுதுபோக்கு என்கிற வெடிகுண்டை பற்ற வைக்கலாம்... நாம் திரைப்படங்களை நல்ல முறையில் எடுத்துக்கொண்டதைப் பற்றி மட்டுமே சொல்ல விரும்புகின்றோம். படிப்பு என்பதன் மீது ஒரு உள்ளப்பூர்வமான காதல் வரவேண்டும். மெய்சிலிர்த்துப் போய் படித்தால்... எப்படி நிறுத்த முடியும்... அப்படிப் படிக்க வேண்டும்.

முன்பு 'கூஸ்பம்ப்' என்ற சொல்லை பற்றிப் பார்த்து இருந்தோம். குளிரில் அல்லது உச்சக்கட்ட உணர்ச்சி வேகத்தில் முடி... சிலிர்த்துக் கொண்டு நிற்கும். ஒருவேளை 'கறிக்கடையில்' கோழி உறிக்கும்

பொழுது நீங்கள் பார்த்திருக்கலாம்... அதன் இறகுகள் பறிக்கப்பட்ட பிறகு... முள்ளு முள்ளாக... தோல் மீது... நிற்கும்... மெய்சிலிர்க்கையில் அப்படித்தான் நம் தோல் எழுந்துகொள்ளும். கூஸ் என்பது பெரிய வாத்து. அரெக்டார் பைலி (arrector pili) என்பது தோலில்... முடியின் வேர்ப்பகுதிக்குள்ளே உள்ள தசை. இது சுருங்குவதால்தான் முடி நட்டக்குத்தலாக நின்றுகொள்கிறது...

எமோஷனல் காரணங்களால் நரம்பு மண்டலம் தூண்டப்பட்டு கூஸ்பம்ப் ஏற்படுகின்றது... என்று அறிவியல் சொல்கின்றது... இத்தனை 'புல்லரிக்கிற' சந்தோஷம்... நமக்கு பாடத்திட்டத்தைப் பார்க்கும் போதோ! அல்லது 'எக்ஸாம் எழுதவாங்க' என்று யு.பி.எஸ்.ஸி அல்லது டி.என்.பி.எஸ்.ஸி கூப்பிடும்போதோ வரவேண்டும். நல்லாச் சொன்னீங்க... போங்க!

'புல்லரிக்கிற' மாதிரி எப்படீங்க படிக்க முடியும்! அதெல்லாம் தானா வருவது இல்லையா? என்று நீங்கள் கேட்கலாம்...

அப்படியில்லை! இரசிகர்கள் பிறக்கும்போதே உருவாவதில்லை! கட் அவுட் வைப்பதற்குக் கற்றுக்கொடுக்கும் கல்லூரிகள் இல்லை! பாலாபிஷேகம் செய்வதற்கு... பயிற்சி மையங்கள் சொல்லித் தருவதில்லை!

ரசிப்புத் தன்மை தானாக வருவது போல...

புத்தகங்களை இரசிக்கவும் தானாக வரும்ங்க! அந்த மாதிரி... ஒரு முறையாவது படிப்பை யாராவது புரொஜெக்ட் (Project) செய்ய வேண்டும்... அல்லது படிப்பது இனிக்கும்! படித்தாலே! இனிக்கும்! என்று பிடிக்கிற மாதிரி சொல்ல வேண்டும்! அதைச் சொல்வதற்காக... இந்தக் கதை எழுதப்பட்டு உள்ளது... அடுத்த ஓவர் வீசும் முன்பு... அலும்னி என்பது எத்தனையாவது வருட விழா... என்று கேட்டிருந்த... கேள்விக்கு பதிலுக்காக... காத்திருந்த கண்களுக்கு...

முத்தான பத்தாம் வருடம்தான் அலுமினிய விழா கொண்டாட வேண்டிய வருடம் என்று சொல்லிக்கொள்கிறோம்.

இப்படியாக பிரிவு 1 முடிகிறது...

இனிவரும் பிரிவுகளில்... நிறைய சுவாரஸ்யங்களைப் பார்க்க உள்ளோம்.

ஐந்தில் வளையாதது ஐம்பதில் வளையாது என்று ஒரு பொன்மொழி உண்டு!

அதை... ஆரம்பத்தில் விட்டாலும்... முடிக்கும் முன்பு பிடித்து ஜெயிப்பது எப்படி? என்று பின்னே வரும் பிரிவு 13 இல் பார்க்கலாம்...

நாம் முன்பு கூறிய கும்பகோணம் சப்கலெக்டர் பெயர் திரு.பிரதீப் குமார், IAS *(2014).*

இப்போது இரண்டாம் பிரிவைப் பார்க்கலாம்.

❖ Very carefully worded advice to the many of the present day innocent aspirants who are becoming the puppets of coaching centres.

Sankara Saravanan, Chennai, 23/1/19

❖ குறி வைத்து அடி:- சிம்னி விளக்கின் உள்ளே சிறகொடுக்கி பறக்கும்போது இதோ வந்துட்டோம்ல என்று (அபயமில்லாமல்... திரு.வி.சண்முகம் சார் உபயத்தால்) தலைக்குள் பல்ப் மாற்றியமைக்கு நன்றி சார். அனைத்து போட்டித் தேர்வுகளுக்கும் வழித்துணையாக இணையாக தங்கள் எழுத்துக்கள் கைகோர்க்கும் என்பதில் ஐயமில்லை!. அலும்னஸ் அர்த்தம் ஆஹா!

பொ.வனிதா, சென்னை

❖ காகித ஆண்டு தொடங்கி வரிசையாக ஒவ்வொரு ஆண்டு திருமண விழாவுக்கும் கணவன் மனைவி அந்தந்தப் பொருளால் பரிசுகளை பரிமாறிக்கொள்ளும் வழக்கம் அயல்நாடுகளில் உண்டு. ஆண்டுக் கொண்டாட்டங்களே அந்த வர்த்தக நோக்கத்தைக் குறிவைத்து உருவானவையே என்று சொல்பவர்களும் உண்டு.

❖ திரைப்படங்கள் நன்மை தீமை இரண்டையுமே உள்ளடக்கியுள்ளது என்பதை "திரைப்படங்கள் நெருப்பு மாதிரி... அதை வைத்து தேர்வு அடுப்பு மூட்டி மதிப்பெண் சமைக்கலாம்" அல்லது படிப்பு வீட்டையே கொளுத்தலாம் என்று அழகாகத் தெரிவித்துள்ளீர்கள்.

பொன்குழலி அரவிந்த், சென்னை, 6/2/19

❖ படிப்புக்கு முக்கியத்துவம் கொடுத்தால் மட்டுமே விளக்கு எரியும். வீண் பொழுது போக்குகளால் வீணாகி காணாமல் போய்விடாதீர்கள் என்று சொல்லாமல் சொன்ன தங்கள் அறிவுரைக்கு நன்றி. ஆயிரம் இருக்குங்க படிப்பில் அயராம காதலோடு மெய்சிலிர்க்க, பிடித்தமாதிரி, படிங்க என்கையில் தங்களின் "படிப்படியாய் படி" புத்தகம் நினைவில் என் கையில் வந்து போகிறது.

பொ.வனிதா, சென்னை 19/2/19

பிரிவு : 2
சோதனை டு சாதனை

கேள்வித்தாளை ஆராய்ச்சி செய்தால் போதும்... நிறைய கேள்விகளுக்கு... அதாவது எதிர்காலத்தில் பரீட்சையில் வரும் கேள்விகளுக்குச் சரியான விடைகளைக் கண்டுபிடித்துவிடலாம், அது மட்டுமல்ல என்ன? என்ன? கேள்விகள் வரும்... என்று கூட கண்டுபிடிக்க முடியும்... என்று அடிக்கடி புத்தகங்களில் படித்திருப்பீர்கள். சரிதான் ஆனால் ஏச்சுவல் ஆக... எப்படி கொஸ்டீன் அனலைசிஸ் செய்வது? என்று இப்போ பார்ப்போம். அனலைசிஸ் என்பதற்கு சரியான தமிழ்ச்சொல்... சோதனை, பரிசோதனை, ஆய்வு, ஆராய்ச்சி, கிளறிப்பார்த்தல் என்று பலவாறு இருக்கலாம். சரவணன் அண்ணாச்சி... பின்னர் பகுப்பாய்வு என்று சரியாகத் தெரிவித்துள்ளார். சரிதான். கேள்விகளை எப்படி சோதித்துப் பார்ப்பது? அதனால் என்ன பலன்கள் கிடைக்கும்? என்று பார்ப்போம். முதல் பலன் என்ன என்றால்... அந்தக் கேள்விக்கு மனசு எடுத்துச் செல்லப்படுகின்றது. அதை ஒட்டிப் பயணம் செய்கின்றது. பிரிலிம்ஸ் கேள்வியாக இருந்தால்... நான்கு ஆப்ஷன்... (options-வாய்ப்பு பதில்கள்) கொடுக்கப்பட்டு இருக்கும். அந்த வாய்ப்பு பதில்களும் நம் சிந்தனையை அந்தக் கருத்துக்களை நோக்கி எடுத்துச் செல்கின்றன.

2.1.. ஃப்ளாஷ் பாக்:-

கடந்த 2002 ஆவது வருடத்திற்கு உங்களை அழைத்துச் செல்கின்றேன்.

இப்போ திடீரென்று எதற்கு, 17 வருடங்கள் பின்னால் போக வேண்டும்?

என்று நீங்கள் கேட்கலாம். அப்பொழுதுதான்... இந்தக் கதாசிரியர்... பிரிலிமினரி பரீட்சைக்குப் படித்துக் கொண்டிருந்த நேரம். முதல்முறை கால்நடை மருத்துவ விருப்பப்பாடம் எடுத்து 1999 பிரிலிமினரி பாஸ் செய்திருந்தார். 2000 முதனிலைத் தேர்வு ஃபெயில். அதன்பிறகு 2001ல் விலங்கியல் (zoology) பாடம் பிரிலிமினரிக்கு எடுத்தார். அன்றைய காலக்கட்டத்தில் ஒரு விருப்பப்பாடம்... ஒரு பொது அறிவுத் தாள்

இவ்விரண்டிலும் முதனிலைத் தேர்வு நடக்கும். நாம் இங்கு பார்க்கப் போகின்ற பயிற்சி முறை பற்றிச் சொல்லவே... பதினேழு வருடம் பின்னோக்கிச் செல்கின்றோம். அதற்கு பதினேழு நிமிடங்கள் கூட நேரம் தேவைப்படாது.

கடந்த பதினேழு வருடங்களுக்கு முன்பு இந்திய ஆட்சிப்பணித் தேர்வில் முதனிலை பரிட்சைக்கு இரண்டு தாள்கள் இருந்தது என்று சொல்லி இருந்தோம். இப்பொழுதும் 2019 இல் இரண்டு தாள்கள்தான். ஆனால் அப்போது விருப்பப் பாடம். முதனிலைத் தேர்விலும் சோதிக்கப் படும், இப்பொழுது பொது அறிவு மட்டுமே சோதிக்கப்படுகின்றது. இரண்டாவது தாளாக 2019இல் சிசேட் (CSAT) என்று செல்லமாக அழைக்கப்படும் Civil Service Aptitude Test சிவில் சர்வீஸஸ் அப்டிட்டியூட் டெஸ்ட் வைக்கப்பட்டுள்ளது. இதில் பாஸ்மார்க் எடுத்தால் போதும். பொது அறிவுத் தாளில் பெற்ற மதிப்பெண்கள் வரிசையிலிருந்து போட்டியாளர்கள் வெற்றியாளர்களாக முடிவு செய்யப்படுவார்கள். அதாவது முன்பு விருப்பப்பாடத்தாள் இருந்த இடத்தில் இப்பொழுது சி.சே.ட் அமர்ந்திருக்கிறது. ஆனால் அதன் முக்கியத்துவம் கொஞ்சம் குறைக்கப்பட்டுள்ளது. பலமுறை சிறிது சிறிதாக போட்டித்தேர்வுகளின் வடிவமைப்பு இந்தப் பதினேழு வருடங்களில் மாற்றம் அடைந்து இப்பொழுது இந்த நிலைப்பாட்டை அடைந்துள்ளது. மைனஸ் மதிப்பெண்கள் என்கின்ற முறையும் புதிதாகச் சேர்க்கப்பட்டு உள்ளது. அண்மையில் எதிர்மறை மதிப்பெண்கள் கூடாது... என்கின்ற தீர்ப்பினை மாண்புமிகு உயர்நீதிமன்றம் வழங்கியதை நீங்கள் படித்திருக்கலாம். இவ்வாறான தீர்ப்புக்கள், வழக்கு முடிவுகள், அவற்றின் மீதான மேல்முறையீடுகள், இறுதித் தீர்ப்புக்கள் ஆகியவற்றைப் பொருத்து நீட், மருத்துவ மேல்படிப்புத் தேர்வுகள் டி.என்.பி.எஸ்.ஸி மற்றும் யு.பி.எஸ்.ஸி நடத்தும் தேர்வுகள் ஆகிய போட்டித்தேர்வுகளின் வடிவமைப்பும், முடிவு வெளியீடுகளும் அமைகின்றன. இவற்றைக் குறித்த தகவல்களை எல்லாம் தேர்வர்கள் நாளிதழ்கள் வழியாகத் தெரிந்து அப்டேட் செய்துகொள்ள வேண்டும். இப்புத்தகம் அச்சேறும் வரை யு.பி.எஸ்.ஸியில் மைனஸ் மதிப்பெண்கள் இருக்கிறது. யு.பி.எஸ்.ஸியின் தேர்வு அறிவிப்பு வரும்பொழுது நிலை தெளிவாகும்.

அது மட்டும் அல்லாது, உடன் தேர்வு எழுதுவோர்கள், நண்பர்கள், ஆசிரியர்கள், சில வேளைகளில் போட்டித்தேர்வு பயிற்சி மையங்கள் ஆகிய சமகால தகவல்சுரங்கங்களில் இருந்தும் நமக்குத் தேவையான முக்கிய செய்திகளை தக்க சமயத்தில் விவாதித்துத் தெரிந்துகொண்டு தெளிவான அறிவுடன் இருப்பதும் சாலச்சிறந்தது ஆகும்.

2.2. வெடி மருந்தைப்போல படி!

கேள்விகளை ஆராயலாம் என்று ஆரம்பித்த பொழுது உதாரணமாகக் கிடைத்த ஒரு கேள்வியைக் கீழே பார்க்கலாம். இந்தக் கேள்வி ஆங்கிலத்தில் இருந்து மொழி பெயர்த்துக் கொடுக்கப்பட்டு உள்ளது. இந்தக் கேள்வி 2015 ஆம் ஆண்டு ஐ.ஏ.எஸ் தேர்வில் கேட்கப்பட்ட ஒன்று என போட்டித்தேர்வு வினா விடைக் களஞ்சியம் என்ற விகடன் பிரசுர புத்தகம் தெரிவிக்கிறது. கேள்வி குறித்த நதிமூலம் ரிஷிமூலம் பார்ப்பதை நிறுத்திவிட்டு எப்போதுதான் நீங்க கேள்வியைச் சொல்வீங்க? என்று நீங்கள் கேட்பது புரிகின்றது.

கேள்வியைக் குறித்த விவரங்களே இவ்வளவு இருக்கின்றது பாருங்கள். இந்தக் கேள்வி இடைக்கால இந்திய வரலாறு (மெடிவல் இந்தியா) என்கின்ற காலத்தைச் சேர்ந்தது. இந்தக் கேள்வி மொகலாய மன்னர்கள் காலத்தைச் சேர்ந்ததாக உள்ளது. கிட்டத்தட்ட கி.பி 1526 முதல் 1862 வரை முந்நூற்றி முப்பத்தி ஆறு வருடங்கள் மொகலாய மன்னர்கள் இந்தியாவில் ஆட்சி செய்து வந்துள்ளனர். சின்ன வயதில் அக்பர், ஔரங்கசீப் போன்ற வண்ணமயமான வரலாற்று பிம்பங்களை ஏந்தி சின்னவதம்பச்சேரி பள்ளியில் சுற்றி வந்தது நினைவில் வருகின்றது சரிதான்... கேள்விக்குள் செல்வோம்...

கேள்வி எண்: 41. கீழ்க்கண்ட வாக்கியங்களைப் படித்துப் பாருங்கள். பாபர் இந்தியாவிற்கு வந்து சேர்ந்ததன் காரணமாக,

1. இந்தியா துணைக்கண்டத்திற்குள் வெடி மருந்து அறிமுகப்படுத்தப் பட்டது.
2. இந்தியாவில் உள்ள கட்டிடங்களில் அலங்கார வளைவுகள் மற்றும் 'டோம்' (Dome) வடிவங்கள் அறிமுகப்படுத்தப்படுதல்.
3. இந்தப் பகுதியில் தைமூரின் வம்சாவழியினரின் ஆட்சி நிலை நிறுத்தப்படுதல்.

கீழேயுள்ள பதில் வாய்ப்புக்களில் உள்ள குறிப்புகளைப் பயன்படுத்தி இந்தக் கேள்விக்கான சரியான பதிலைத் தேர்ந்தெடுக்கவும்,

(a) *1* மற்றும் *2* (b) மூன்று மட்டும்

(b) *1* மற்றும் *3* (d) *1,2* மற்றும் *3*

மேற்கண்ட a,b,c மற்றும் dஇல் சரியான பதிலைத் தேர்ந்தெடுக்க வேண்டும். இதுபோல ஒரு கேள்வியை நாம் ஆராய்ச்சி செய்ய தேர்ந்தெடுப்பதாகக் கொள்வோம். இடைக்கால இந்தியாவின் வரலாறு குறித்து எழுதப்பட்டுள்ள புத்தங்கள் மற்றும் போட்டித்தேர்வுக்

கையேடுகளில் இருந்து இதற்கான பதிலைக் கண்டுபிடிக்க வேண்டும். பாபரைப்பற்றி எவ்வளவோ, வந்தார்கள் வென்றார்கள் புத்தகத்தில் படித்தது ஞாபகம் வருகிறது... ஆனால் கூர்மையாகப் பார்த்தால் இந்தக் கேள்வியில் பாபர் வரலாறு... கட்டிடக்கலையின் வரலாறு... ஆட்சி செய்த இனக்குழுக்களின் வரலாறு... அதிலும் குறிப்பாக தைமூர் என்கிற மன்னருடைய சந்ததியினர் குறித்த வரலாறு இவற்றைப் பற்றி படித்திருக்கிறோமா? என்று சோதிக்கிறது இந்தக் கேள்வி...

சரிங்க...

இவற்றையெல்லாம்... முதலிலேயே படித்திருந்தால் தேர்வு சமயத்தில் ஞாபகம் வருமா... ஒவ்வொன்றுக்கும் ஒவ்வொரு புத்தகத்தைத் தேடிப் போனால்... இந்த ஒரு கேள்விக்கே ஒரு வாரம் படிக்க வேண்டியிருக்குமோ? என்று தோன்றும். மேலும் முதலில் கேள்வியைப் படிக்க வேண்டுமா? அல்லது பாடப்புத்தங்களைப் படிக்க வேண்டுமா? என்கின்ற கேள்வியும் வருகிறது. இவற்றை ஒவ்வொன்றாக அணுகுவதில் கேள்விகளை அனலைஸ் செய்தல் என்கின்ற பயிற்சி முறை அடங்கியிருக்கிறதுங்க.

ஸ்டேன்லி லேன்ஃபூல் எழுதிய பாபர் என்கின்ற புத்தகத்தை எடுத்துப் புரட்டிப் பார்த்தோம்... பாபர்... தன் மகன், ஹுமாயூனுக்காக உயிரையே தியாகம் செய்தவர் என்பது பள்ளிப்பருவத்திலேயே மனதில் பதிந்த ஒன்று. பாபர் நாமா... என்கிற அவரது சுயசரிதையை ஒட்டித்தான் ஸ்டேன்லி லேன்ஃபூல் தனது ஆங்கிலப் புத்தகத்தை எழுத... அதை திரு.ச.சரவணன் தமிழில் மொழிபெயர்த்து சந்தியா பதிப்பகம் மூலம் வெளியிட்டுள்ளார்.

2.3. வரும் ஆனா வராது

பாபரது வாழ்வில் வெற்றியும் வீழ்ச்சியும் மாறி மாறி வந்திருக்கின்றன. மாமன்னர் பாபர்... ஒரு கட்டத்தில் ஆதரவற்ற நிலையில் ஆடு மேய்க்கும் சிறுவர்களுடன் காலத்தைக் கழித்திருக்கிறார்... என்று முன்னுரை சொல்கிறது... அவரது வாழ்க்கை மட்டுமா? என்ன விலங்கியல் பாடத்தை முதனிலை மற்றும் முதன்மைத் தேர்வுக்காக விருப்பப் பாடமாக எடுத்துக்கொண்ட பின்னர்... கேள்விகளை மேற்சொன்ன முறையில் ஆராயத் தொடங்கினோம். முதலில் 1999 இல் பிரிலிமினரி தேர்வு... கல்லூரியில் இன்டர்ன்சிப் செய்யும்போதே எழுதி வெற்றி பெற்றோம். ஆனால் 2000 ஆமாவது ஆண்டு பிரிலிம்ஸ் தோல்வி. அதன்பிறகு 2001 ஆம் ஆண்டு விலங்கியல் பாடத்தை புதிதாக விருப்பப்பாடமாக எடுத்து பிரிலிம்ஸ், மெயின்ஸ் வெற்றி. பிறகு இன்டர்வியு முடித்த பிறகு தோல்வி என்று தெரிந்தது. 2002இல் தேர்வு

வெற்றி... என்கிற வகையில் வெற்றி தோல்வி மாறிமாறி நம் வாழ்விலும் வந்து போவதைக் காண முடிகிறது.

2001 இல்... விலங்கியல் கேள்வித்தாள் தொகுப்பு ஒன்றை வாங்கி... அதில் ஒவ்வொரு நாளும் முக்கிய கேள்விகளுக்கான விடையை... வாங்கி வைத்திருந்த பாடப் புத்தகங்களுக்குள் தேடுவோம். இரஸ்தோகி, ஆறுமுகம் என்பது... அப்படி வாங்கி வைத்திருந்த சில புத்தக ஆசிரியர்களது பெயர்.

சில கேள்விகளுக்கு கொடுக்கப்பட்டுள்ள பதில் வாய்ப்புக்கள் என்ன? என்றே புரியாது? சில கேள்விகளோ எந்தப் புத்தகத்தில் இருந்து வந்துள்ளது என்றே தெரியாது... இப்படிச் சவாலான கேள்வி அனலைசிஸ் செய்கிற முடிவை எடுத்த பிறகு... இரண்டு மாதங்களில் அடுத்த பிரிலிம்ஸ் 2001 வருகிறது. அதற்காக விரைவாகவும்... அதே சமயம் பாடம் தத்துவம், கருத்துக்களைப் புரிந்து கொண்டும்... படிக்க வேண்டும், ஏனென்றால் பாபரைப்பற்றிய கேள்வியே வேறு மாதிரி கூட கேட்டு விடலாம். முதலாம் பானிபட் யுத்தத்தில் பாபரோடு சண்டைப் போட்டவர் யாரென்றும் கேட்கப்படலாம்... என்பது போல ட்விஸ்ட் செய்தாலும் கண்டுபிடிக்கத்தான் வேண்டும்.

இப்படியாக... ஒவ்வொரு கேள்விக்கும் ஆறுமணிநேரம் முதல் ஆறு நாள் வரை ஆராய்ச்சி செய்தது உண்டு. சில வேளைகளில் சில கேள்விகளுக்கான பதில்களை கண்டுபிடிக்க முடியாமல்... விட்டுவிட்டுத் தாண்டிப் போய்விட்டு மீண்டும்... வேறு ஏதோ படிக்கும் பொழுது அந்தக் காணாமல் போன பதில் கிடைப்பது உண்டு! அதை அப்படியே எழுதி வைத்ததும் உண்டு. அந்தப் புத்தகம் சொந்தப் புத்தகமாக இருந்தால்-கேள்வி பதில் தேடும் நாள் நேரம்... கேட்கப்பட்ட ஆண்டு... பதில்கிடைத்த சூழ்நிலை... தீபாவளி பொங்கல் நாள் என்று ஏதாவது சிறப்பான நிகழ்வு நாளோடு சேர்த்து அந்தக் கேள்விக்கும் பதிலுக்கும் ஆணி அடித்து பூவைத்து மனசில் நிக்கவைப்பதும் உண்டு.

இப்படி ஆராய்ச்சி செஞ்சு படிச்சா... மூணு மாசத்துல ஒரு எண்பது கேள்விக்குத்தான் ஆராய்ச்சி முடிஞ்சது... 2001 பிரிலிம்ஸ் வந்துருச்சுங்க... அதுக்குள்ளயா? என்று அதிர்ச்சியாகலை... என்னிக்கு மேட்ச் வந்தாலும்... இன்னுங் கொஞ்சம் பிராக்டீஸ் செய்ய வேண்டியிருக்கு... கொஞ்சம் கிரிக்கெட் போட்டி தள்ளிப் போனா பரவாயில்லை என்று தோன்றுவது போலத்தான்... பிரிலிம்ஸ் எப்பவும் வரும்... இப்பவும் அப்படிதான்னு நினைக்கிறேன் சரிதானுங்களே?

உள்ளதைக் கொண்டு கொட்டுவோம்!

நல்லதாய் வென்று காட்டுவோம்! என்று

2001 பிரிலிம்ஸ் எழுதினோம் மூணாவது பிரிலிம்ஸ்... ஒரு மூணுமாசம் தாண்டி ரிசல்ட் வந்தது... செம... டென்ஷனோட ஏற்கனவே ஃபெயிலான வெறியோட... ரிசல்ட் பார்க்கப் போனால்... அதுல... நம்ம நம்பர்... வந்திருந்ததா? வரலையான்னு விரைவில் சொல்றேங்க...

- ❖ 17 ஆண்டுகளுக்கு முன்பு நடந்த சிவில் சர்விஸ் தேர்வுக்கும் தற்போது நடக்கும் தேர்வுக்கும் உள்ள வேறுபாட்டையும், பாடத்தை அனலைஸ் செய்வது சிறப்புபயிற்சி முறையை இவ்வளவு அழகாக, மிக நேர்த்தியாக சொல்வது அருமை. நன்றி!

- ❖ இது இளைய சமுதாயத்தினரின் வெற்றிக்கு வழி வகுக்கும், தங்களின் உயரிய நோக்கம் வெற்றி பெற வாழ்த்துக்கள் அண்ணா

இரகோத்தமன், கோவை, 24/2/19

- ❖ சோதனை டு சாதனை கேள்விகளுக்குள் பயணித்து மூலங்களை ஆராய்ந்து விடாமுயற்சியுடன் (17 முறை படையெடுத்து... பின் வென்ற கஜினி முகமது போல) அயற்சியில்லாமல் (விக்ரமாதித்தன் போல) போதிய பயிற்சியுடன் படித்தால் வெற்றிக் கனியைப் பறிக்கலாம் என்ற தனது அனுபவத்தை 17 நிமிடங்களில் சொன்ன விதம் இதம்.

- ❖ தினசரி அப்டேட்டும், விவாதித்தலும் அதனை தொகுத்தலும்... தொகுத்ததை ஒன்றுடன் ஒன்றாக தொடர்புறுத்தி சிறப்பு நிகழ்வுகளுடன் நினைவில் நிறுத்தலும் ஆங்காங்கே குறித்தலும் கேள்வித்தாளை எதிர்கொள்ள உதவும் என்பதை இன்றும் தங்கள் படிப்படியாய் புத்தகம் வாயிலாக, வகுப்பறையில் செயல்படுத்தி வருகிறோம்.

பொ.வனிதா, சென்னை, 3/3/19

பிரிவு : 3

அடிச்சு துவைங்க

இப்பொழுது நமக்கு இரண்டு கேள்விகளுக்கு விடை தேவைப் படுகின்றது. ஒன்று பாபர் குறித்த மூன்று பதில் வாய்ப்புக்களில் எவ்வளவு சரியானவை? என்று கொடுக்கப்பட்டுள்ள காம்பினேஷன்களில் இருந்து ஒன்றைத் தேர்ந்தெடுக்க வேண்டும். இந்த கேள்வி அப்படியே யு.பி.எஸ்.ஸி கேள்வி. அடுத்த கேள்வி வாழ்க்கைக் கேள்வி. 2001 முதனிலைத் தேர்வில்... ஒரு கேள்வித்தாளின் பகுதி கேள்விகளை... ஒரே ஒரு கேள்வித்தாளில் இருந்த சில கேள்விகளை மட்டும் தீர ஆராய்ந்துவிட்டு... தீராத சிலபஸில் இருக்கின்ற படிக்க வேண்டிய பாடங்களை அப்படியே படிக்க முடியாமல், நேரம் போதாமல்... நேரம் போதாமல் என்று சொல்வதைவிட இருக்கின்ற நேரத்தில் இயன்றளவு வேகமாய்ப் படித்தோம் என்று சொல்லலாம். விட்டு விட்டுப் போய்த் தேர்வு எழுதிய பொழுது ரிசல்ட் என்னவாக வந்தது? என்பதுதான் அந்த சுவாரஸ்யமான கேள்வி! அப்படி அதில் தோற்றிருந்தால் ஒருவேளை கேள்வி ஆராய்ச்சியை மீண்டும் 2002 இல் தொடர்ந்து அதிலும் வென்றிருக்க மாட்டோம்! மேற்கண்ட வரியில் பூடகமாக பதில் சொல்லிவிட்டாலும் உடைத்து பதில் சொல்வதற்குள்... கட்டிடக்கலை வரலாற்றையும்... இந்தியாவில்... குவிமாடம் என்று தமிழில் கூகுள் மொழிபெயர்க்கும்... ஒரு பிரமாண்டமான மாம்பழத்தின் கீழ்ப்பாகத்தைத் தலைகீழாக வெட்டிக் கவிழ்த்த மாதிரியான டோம்... வடிவ கூரை அமைப்பது எப்போ தொடங்கியது... என்றும் பார்த்து விடுவோமா...

3.1. வரலாறு: படிக்கவும் - படைக்கவும்

இதை பார்ப்பதற்காக கட்டிடக்கலை வரலாறு குறித்த புத்தகங் களில் சிலமணி நேரங்கள் தேடினோம் பழைய ஞாபகத்தில். ஆனால் இன்றைக்குதானே “குறிவைத்து அடி” எழுதுகிறோம்... ‘சாதுர்யமான’ ‘செல்லிடத்தொலைபேசி இருக்கின்றதல்லவா. ஸ்மார்ட் போன்... என்று உள் மனது சொல்லியது... விடையை கூகுள் அள்ளியது!

இப்பொழுதும் காணக்கிடைக்கின்ற மிகப்பழைய ‘டோம்’ வடிவ... இந்திய கட்டிடங்களில் எல்லாவற்றுக்கும் முந்தையது 1287 ஆம்

வருடத்தைச் சேர்ந்தது. பால்பன் வம்சாவழியில் வந்த கியாஸ்ஸுதீன் பால்பன் அவர்களின் சமாதி ஆகும். பாபர் என்றாலே முதலாம் பானிபட் என்று நினைவு வரும். அது நடந்தது 1526 இல்... எனவே அதற்குக் கிட்டத்தட்ட 240 வருடம் முன்பே டோம் கட்டப்பட்டு இருக்கிறது... எனவே பாபர் அறிமுகப்படுத்த வாய்ப்பு இல்லை. பாபர் தைமூர் மற்றும் செங்கிஸ்கான் வழிவந்தவர் என்று அவரது வரலாற்றை லேசாகச் சொல்கின்ற புத்தகத்தில் இருந்தே தெரிந்துகொள்ளலாம். இந்தியத் துணைக்கண்டத்தில் வெடிமருந்து எப்பொழுது வந்தது என்று பார்த்தால்... பதினைந்தாம் நூற்றாண்டில் பாமினி சுல்தான்களும்... விஜயநகர அரசர்களும் வெடிமருந்தைப் பயன்படுத்தியிருக்கக்கூடும் என்பதற்கான வரலாற்றுச் சான்றுகள் கிடைக்கப்பட்டு உள்ளனவாம். 1461-63 இல் கல்யாண் என்னும் இடத்தில் உள்ள கோட்டையில் பீரங்கிகள் வைப்பதற்கான வசதிகளுடன் கட்டப்பட்டு உள்ளதாக இணையதளத்தில் தேடிப்பிடிக்க முடிகிறது. இப்படியெல்லாம் தேடிய பிறகு பாபரைக் குறித்த கேள்வியில் மூன்றாவது வாய்ப்பு மட்டுமே சரி என்று முடிவு செய்யமுடிகிறது. பாபர் பீரங்கி கொண்டுவந்து இப்ராஹிம் லோடியைத் தோற்கடித்திருந்த செய்தி மிக பிரபலமாக வரலாற்றில் சொல்லப் பட்டாலும்... வெடிமருந்தை இந்தியத் துணைக்கண்டத்தில் அவர் அறிமுகப்படுத்தவில்லை... அதற்கு முன்பே இருந்தது என்கிற நுணுக்கமான செய்தியை இந்தக் கேள்விக்கு விடை தேடும்பொழுது தான் பகுத்தறிய முடியும்.

இந்த பதில்களை எல்லாம் பல பக்கங்களில் இருந்து புரட்டிப் போட்டுத் தேடும்பொழுது சிலபல செய்திகள் மனதில் பட்டு பதிவாகும். அவை மனதில் ஒட்டிய விவரமே நமக்குத் தெரியாது. தேவைப்படும் சமயத்தில் சரியாக ஞாபகம் வந்துவிடும். அவையும் தேர்வில் விடை எழுத விதையாகும். வெறுமனே, எந்தக் கேள்வியையும் எடுத்துக் கொள்ளாமல் பாபரைப் பற்றியும் கட்டிடக்கலை பற்றியும் படித்துக் கொண்டே போகலாம்... அதற்கு கிடைக்கின்ற பலன் கொஞ்சமாகத்தான் இருக்கும். இந்தக் கேள்வியில் பாருங்கள்... அவர்கள் ஒரு புத்தகத்தில் இருக்கின்ற எதாவதொரு பத்தியிலிருந்து கேள்வி எடுக்கவில்லை 'பல இடங்களில் சிதறிக்கிடக்கின்ற விவரங்களை ஒன்றாகச் சேர்த்து... கேட்டு இருக்கின்றனர். பதில்கள் எல்லாம் சேகரித்த பிறகு... எளிதான கேள்வி போலத் தெரிந்தாலும்... அதில் நிறைய ட்விஸ்ட் வைத்துக் கேட்டிருப்பது... படிப்பதை பரவசமாக்குகிறது. ஒவ்வொன்றாய் பதில் தெளிவாகி பாபரைப் பற்றிக் கேட்ட முதல் கேள்விக்கு விடை (b) என்று முடிவுசெய்யும் பொழுது... அந்தக் கேள்வி அடிச்சுத் துவைத்துத் தொங்கப் போடப்பட்டு இருக்கும்ங்க! இந்த ஏரியாப்பக்கம் எந்தக் கேள்வி வந்தாலும் பதில் ஈஸியாகச் சொல்லிவிடமுடியும்.

3.2. அறிவியல் அலசல்:-

இப்போ அதே 2015 வருஷக்கேள்வித்தாளில் இருந்து இன்னொரு கேள்வியை எடுத்து அலசுவோம்... வாருங்கள்... இது, A வெர்ஷனில் 23ஆவது கேள்வியாக வந்துள்ளது முன்பு கண்ட பாபர் கேள்வி 41 ஆவது கேள்வியாக இருக்கிறது.

23. 'நானோடெக்னாலஜி' என்கின்ற தொழில்நுட்பத்தை மருத்துவத்துறையில் பயன்படுத்தி வருகிறோம். அதைப்பொறுத்த வரையில் கீழ்க்கண்ட வாக்கியங்களைப் பரிசீலியுங்கள்...

1. குறிவைத்து மருந்தை செலுத்தும் முறை நானோடெக்னாலஜியால் சாத்தியமாகிறது

2. ஜீன் மருத்துவத்திற்கு நானோடெக்னாலஜி பெருமளவில் பங்களிக்கும்.

மேற்கண்ட இரண்டு வாக்கியங்களைப் படித்த பின்னர் அவற்றின் மெய்த்தன்மையைப் பரிசோதித்து பிறகு கீழ்க்கண்ட நான்கு வாய்ப்புகளில் எது சரி என கண்டறிக...

(a) *1 மட்டும் சரி*

(b) *2 மட்டும் சரி*

(c) *ஒன்றும் இரண்டும்*

(d) *இரண்டுமே சரியல்ல*

இப்பொழுதுதான் கேள்வி முடிந்திருக்கிறது. குறிவைத்து அடி! என்று நாம் வைத்த தலைப்பிற்குத் தகுந்தவாறு மொகலாய வரலாறுக்குப் பிறகு ஒரு அறிவியல் கேள்வி வந்திருக்கிறது. தேர்வில் பல பாடங்களில் இருந்து கேள்விகளை மாற்றி மாற்றித்தான் கேட்டு இருப்பார்கள். சப்ஜெக்ட் வாரியாக நாம் பிரித்து அனலைஸ் செய்தால்... தற்பொழுதைய செய்திகள் (கரண்ட் ஈவண்ட்ஸ்) மற்றும்... அறிவியல் ஆகிய இரண்டு பகுதிகளில் இந்தக் கேள்வி வரும்.

3.3. கொசு தூங்கும் நேரம்

இந்தக் கேள்விக்குப் போகும்பொழுது கோபிகா கேட்ட ஒரு கேள்வியை ஞாபகப்படுத்த வேண்டும்... அப்பா... நம்மை தூங்க விடாமல் கடிக்கிற கொசு... எப்போ தூங்கும்? என்று கேட்டாள்... பேரசிட்டாலாஜி எல்லாம் படித்த கால்நடை மருத்துவர்... கொசுவின் கண்கள் கூட்டுக் கண்கள் என்று விளக்கம் கொடுத்து! பகலில் அவை தூங்கலாம் என்றும் பாடம் சொல்லிக் கொடுத்தோம்... கூட்டுக் கண்கள் என்றால் அவற்றில் நிறைய லென்ஸ்கள் உண்டு... அந்தக் கண்கள் அசைவை நம்மைவிட நன்றாகப் பார்க்க வல்லவை.

ஆனால் ஒரே இடத்தில் உள்ள பொருட்களின் உருவம், தடிமன் முதலியவற்றை தெளிவாகப் பார்க்க முடியாது அதனால்தான் அடிக்கப் போனால் விரைவாகத் தப்பிவிட முடிகின்றது.

நேனோ... என்றால் அதைவிட சின்ன சைஸ்... உதாரணமாக... நமது ஒரு முடி எடுத்துக்கொள்வோம் அதுவே 50 ஆயிரம் நேனோ மீட்டர்கள் இருக்கலாம். ஒரு குண்டூசி முனை சுமார் பத்து இலட்சம் நேனோ மீட்டர்களாம். கொசு கிட்டத்தட்ட ஐம்பது இலட்சம் நேனோமீட்டர் நீளம் இருக்கும். இப்போ கண்ணுக்குத் தெரியாத டி.என்.ஏ சைஸை பார்ப்போம். அது ஒன்று முதல் இரண்டரை நேனோமீட்டர் இருக்கும். இரத்தச் சிவப்பு அணு 2500 நேனோமீட்டர். இப்படியெல்லாம் நேனோமீட்டரில் பொருட்களை அளப்பது குறித்து சுவாரஸ்யமாகப் படிக்க முடிகின்றது. ஏதாவது ஒரு இடத்தில் உடம்பில் பிரச்சனை என்றால் மருந்தை சாப்பிடுகிறோம். உதாரணமாக காய்ச்சல் என்று கண் எரிந்தால் அசிட்டமினோஃபென் பாரசிட்டாமல் சாப்பிட்டால்... கண் குளிருகிறது... வயிறு எரிகிறது... இதற்கு பதிலாக உதாரணமாக... கேன்சர் வைத்தியம் என்றால் புற்றுநோய் செல்லுக்கு மட்டும் செல்கிற மாதிரி மருந்தை நுணுக்கமாக வடிவமைக்க முடியுமாம். இதைப்பற்றிப் படிக்கும்பொழுது நேனோமிஷின் என்கிற ஒரு சொல்லாட்சி காணக்கிடைத்தது. இப்போ நேனோமேஷின் என்றால் என்ன என்று சொல்ல ஆசையாக இருக்கிறது. என்ன ஒரு கற்பனை? ஆஹா... கற்பனை இல்லைங்க அறிவியல் உண்மை என்று நீங்கள் ஆச்சரியப்படுவீங்க. நண்பன் படத்துல மெஷின் டெஃபனிஷன் பார்த்த நண்பர்களுக்கு இன்னும் க்யூரியாஸிட்டி கிளறப்பட்டு இருக்கலாம் (நண்பன் - தமிழ் த்ரி இடியட்ஸ்).

3.4. எது கம்ப சூத்திரம்?

மீநுண் இயந்திரம் என்று தமிழ்படுத்தினால்... உங்களைப் 'படுத்துவதாக' நினைக்கக்கூடாதுங்க... செல்... செல்லுக்குள் நியூக்ளியஸ்... நியூக்ளியஸ்க்குள் குரோமோசோம்... அதற்குள் டி.என்.ஏ... அதில் நியூக்ளியோடைடுகள் என்று எல்லா... ஹைஸ்கூல் சமாச்சாரங் களையும் இந்த நாலு வரிகளுக்குள் உங்களை நாலுந்தெரிந்தவராக கற்பனை செய்து கொண்டு நினைவுபடுத்திக் கொள்ளுமாறு வேண்டு கிறேன். நமக்கும் பயாலஜிக்கும் வெகுதூரம்... பயாலஜி என்றால் பயமாக இருக்கிறது... சாய்ஸில் விட்ட சப்ஜெக்ட் என்பவர்களுக்கு மேலே கண்ட நாலு வரியே போதும்ங்க... பெரிய கம்ப சூத்திரம் இல்லை... டி.என்.ஏ... துண்டுகளை அல்லது நியூக்ளியோடைடு சரங்களை செல்லுக்குள் செலுத்திய பிறகு... அசெம்ளி அதாவது தானாக பொருத்திக்கொண்டு செயல்படத் தொடங்கும் சின்ன சைஸ்...

சமாச்சாரங்கள்... மீநுண் எந்திரங்கள் ஆகும்... கார்பன் என்கிற கரியைக் கொண்டு ஒன்று முதல் இரண்டு நேனோமீட்டர் நீளமுள்ள குழாய்கள் தயாரிக்கிறார்கள் என்றால் பார்த்துக் கொள்ளுங்களேன்!

எங்கே பார்க்கிறது அதன் மீநுண் (NANO) பொருளாயிற்றே என்பவர்களுக்கு...

சரிதான் நீங்கள் அலர்ட்டாக இருக்கின்றீர்கள்.

இப்பொழுது 2001 UPSC பிரிலிம்ஸ் ரிசல்ட் என்னவானது என்று சொல்வோம்... நீங்கள் யூகித்தது மிகச்சரி... அந்த வருடம் அந்தத் தயாரிப்புக்கே பிரிலிம்ஸ் பாஸாக முடிந்தது. மெய்ன்ஸ்க்குப் படித்தது தனிக்கதை. அவசர அவசரமாக அள்ளியும் கிள்ளியும் போட்ட தகவல் களைக்கொண்டு மெய்ன்ஸூம் பாஸ் பண்ணிய சரித்திரம் குறித்து அடுத்து எழுதுவோம். ஏனென்றால் இது பிரிலிமினரி குறித்த புத்தகம் தானே. ஐ.ஏ.எஸ் தேர்வுக்குத் தயார் செய்தால்... எல்லாத் தேர்வுகளுக்கும் மனது தயாராகிவிடுகிறது... வாழ்க்கை உட்பட!

அடுத்து ஒரு கேள்வி எடுப்போம்... அது என்ன பாடமாக இருக்கும்... வரலாறும் அறிவியலும் வந்தது... அதற்கும் முன்பு... இந்த நேனோடெக்னாலஜி குறித்த கேள்விக்கான சரியான பதில் என்ன... யூகித்திருப்பீர்கள்... விரைவில் சொல்கிறோம்...

- ❖ நேனோ டெக்னாலஜி, நேனோ மெஷின் என பல சுவாரஸ்யமான தகவல்களோடு அறிவியலை அடிச்சு துவைக்கிறீங்க சார். பாபரைப் பற்றி கொஞ்சம் இணையதளத்தில் படித்ததில் அவர் காலத்தில் பீரங்கி உபயோகப்படுத்தப்பட்டதால் 1 மற்றும் 2 என்ற விடை சரியாக இருக்கும் என நினைத்திருக்கிறேன் அதற்கு முன்பும் வெடி மருந்து பயன்படுத்தப்பட்டிருக்கிறது என்பதைத் தெரிந்து கொள்ள மிக நுணுக்கமாக படிக்க வேண்டும் என்பதை குறி வைத்து அடி மூலம் தெளிவாக புரியவைக்கிறீர்கள்.
- ❖ மருத்துவத்துறையில் நேனோ டெக்னாலஜி, கொசுவின் கூட்டுக்கண்களை விளக்கும் பேரசிட்டாலஜி, இரண்டரை நேனோ மீட்டர் உள்ள DNA என அனைத்து தகவல்களும் வெகு சுவாரஸ்யம் சார்.

வாணி, திருச்சி, 3/3/19

❖ குறிவைத்து அடி இந்த விளையாட்டில் வார்த்தைகளில் பந்தாடி பிரித்து மேய்ந்து உள்ளீர்கள் சார். ஒவ்வொரு வார்த்தையும் எங்களை குழம்பி தெளிவடைய வைக்கின்றன. ஏனென்றால் upsc exam களை சராசரி போட்டியாளர் எதிர்கொள்ள சரியானதொரு குறி வைத்து அடிக்க உதவும் கருவியை தேடிக்கொண்டுள்ள நிலையில், இப்புத்தகம் அவரை தெளிவான பாதையில் அழைத்துச் செல்லும்.

பொன்குழலி அரவிந்த், சென்னை, 3/3/19

பிரிவு : 4
குறி வைக்காமலும் அடி

இந்தப் புத்தகத்தைத் தொடங்கும் பொழுது... தலைப்பு முடிவு செய்யப்பட்டது. பல புத்தகங்களுக்கு... அப்படி இல்லை. தலைப்பைக் கடைசியில்தான் முடிவு செய்வது வழக்கம். அல்லது இடையில் பலமுறை தலைப்புக்கள் மாற்றம் அடைந்துவிடும். குறிவைத்து மருந்தை செலுத்துவது குறித்த நேனோ டெக்னாலஜி கேள்வியோ! அது 2015 UPSC கேள்வித்தாளில் இருப்பது குறித்தோ... புத்தகம் எழுதத் தொடங்கியபொழுது தெரியாது. ஆனாலும் பாருங்க... அளவெடுத்து செஞ்சது போல புத்தகமும் தலைப்பும் எப்படிப் பொருந்தி இருக்கிறது.

கண்ணுக்குள்ளே ரெட்டினா (retina) என்பது விழித்திரை ஆகும். அங்கே சில புரதங்களை உற்பத்தி செய்ய வேண்டி சில ஜீன்களை எடுத்துச் சென்றுகொண்டு இருந்தார்கள் ஆராய்ச்சியாளர்கள். அதற்கு அவர்கள் பயன்படுத்தி வந்த ஊடகம் என்ன தெரியுங்களா?

4.1. வைரஸும் வையகமும்

'வைரஸ்'

ஆமாங்க வைரஸ்தான். அதுக்கு உயிர் இருக்குங்களா? இல்லையா?

உயிரே உயிரே பிரியாதே

உயிரைத் தூக்கி எறியாதே !

உன்னைப் பிரிந்தால்

உலகம் கிடையாதே!

- என்று 'சந்தோஷ் சுப்ரமணியம்'

என்கின்ற 2008 வருடத்தில் வெளிவந்த திரைப்படப் பாடல் ஒன்று உள்ளது. அதில் உள்ள வரிகளை காலஞ்சென்ற பாடலாசிரியர் நா.முத்துக்குமார் எழுதி இருந்தார். இந்தப்பாடல் கோபிகா தீபிகாவால் மிகவும் ரசிக்கப்படுகிறது... ஆனால் இது வைரஸ்க்கும் மிகச் சரியாக பொருந்துவது பெரிய ஆச்சரியம். இது நாம் கவனிக்க வேண்டிய உண்மை. வைரஸ்களுக்கு செல்லுக்கு வெளியே வாழத் தெரியாது.

செல்தான் அவர்களின் உலகம். அதனால்தான் அது செல்லைப் பிரிந்தால் அதற்கு வேறு உலகம் கிடையாது என்று பாடலில் சொல்வது போல சொல்லலாம். இது கம்ப்யூட்டர் மற்றும் செல்போன் வைரஸ்களுக்கும் பொருந்தும். வைரஸ்கள் தங்களுக்கென புரதம் தயாரிக்கும் தொழிற்சாலை எல்லாம் வைத்துக்கொண்டு சுற்றுவதில்லை. ஏதாவதொரு விருந்தோம்பி (Host) செல்லில் சென்று அமர்ந்துகொண்டு அந்த டி.என்.ஏ வில் டிங்கரிங் செய்து பல்கிப் பெருகக் கூடியவை. நேனோ டெக்னாலஜி வரும் முன்பு இந்த மாதிரி வைரஸ்களைப் பயன்படுத்தித்தான்... தேவையான புரதங்களைத் தயாரிக்கும் டி.என்.ஏ தொடர்களான ஜீன்களை விழித்திரைக்கு எடுத்துச் சென்று கொண்டு இருந்துள்ளனர். அதன் காரணமாக சில சிக்கல்களும் இருந்தன. வைரஸ்களின் வேறு பகுதி டி.என்.ஏக்கள் பெருகினால் சிக்கல்தான். அழற்சி என்கின்ற அலர்ஜி உருவாகிவிடும்.

இப்படியாக கோபிகா, கேட்ட, கொசு தூங்குமா? என்கின்ற கேள்வியிலிருந்து சந்தோஷ் சுப்ரமணியம் வரை நாம் பயணித்திருக் கிறோம்! இந்த நிகழ்வை மனசில் ஒரு முறை ஓட்டிப்பாருங்கள் ஒரு நினைவுச் சங்கிலித் தொடர் உருவாகும். மறக்கத்தான் முயற்சி எடுக்க வேண்டி இருக்கும். பத்து இலட்சம் நேனோமீட்டர் அளவுள்ள குண்டூசி முனையளவு முயற்சியால் UPSC கேள்விக்கு சரியான விடை (c) ஒன்றும் இரண்டும் சரி என்கின்ற பதில்தான் என்று தேர்ந்தெடுத்து விடமுடியும்ங்க.

4.2. சுவை உருவாகுமா? உருவாக்கப்படுமா?

மேற்கண்ட பாராகிராஃப்க்கும்... 'கிட்ஃப்ளுயன்ஸர்' என்கின்ற சொல்லுக்கும் தொடர்பு இருக்கின்றது. இந்தச் சொல்லை 3/3/19 ஞாயிறு தி இந்து, ஆங்கில நாளிதழில்தான் முதன்முதலில் பார்க்க நேர்ந்தது. ஆங்கிலத்தில் 'kidfluencer' என்று அச்சிடப்பட்டுள்ளது. அதே கட்டுரையில் 'டேஸ்ட்மேக்கர்' Testmaker' என்கின்ற ஒரு சொல்லும் பயன்படுத்தப்பட்டு உள்ளது.

மீல் மேக்கர்... meal-maker கேள்விப்பட்டு உள்ளோம், வெஜிடபுள் பிரியாணியில் சோயாபீன்ஸ் மாவால் செய்து போட்டிருப்பார்கள். டேஸ்ட்மேக்கர் என்பதும் ஏதோ ஒரு உணவுக்குச் சுவையூட்டக்கூடிய ஒரு 'பவுடர்' என்று நாம் நினைக்கலாம். 'தூள்'... சாம்பார்த் தூள்... இரசப்பொடி போல... தூள்-மூலம் தூள் கிளப்பும் சமையல் சம்பந்தமான சொல் டேஸ்ட் மேக்கர் என்றால் - நேரடியாக அது கூட சரியே... ஆனால்... டேஸ்ட் மேக்கர் என்றால் சுவை... அவ்வளவாக வெளியே தெரியாத ஒரு பொருளுக்கு விளம்பரம் மூலம் அதன் சுவையை வெளி உலகிற்கு தெரியச் செய்வதே சரியான பொருள் ஆகும்.

முதலில் தான் பிரபலமாக இருக்கும் ஒரு நபர்... தன்னுடைய சொற்கள் அல்லது செயல் மூலம் ஒரு பொருளுடைய பெருமையை அல்லது சுவையை நாடு / உலகம் உணரச் செய்வது, டேஸ்ட்மேக்கிங். இதில் விராட் கோலி... தீபிகா படுகோன்...போன்றோர் முன்னணி இன்ஃப்ளுயன்ஸர்கள் அதாவது நாம் விரும்பச் செய்பவர்கள்... அதுவே... விஸ்வாசம் *(2019)* படத்தில் வரும் குழந்தை போல... குழந்தைகள் மூலம் ஒரு பொருளின் விளம்பரங்கள் புகழ்பெறும் என்றால் அவர்கள்தான் கிட்ஃப்ளுயன்ஸர்கள். சாமியா அலி (Samia ali) என்கின்ற குழந்தைதான் நாம் இவ்வளவு நேரம் படித்துக்கொண்டிருந்த கிட்ஃப்ளுயன்ஸர் கட்டுரையுடைய நாயகி. அவளுக்கு இன்னும் பேசும் வயதுகூட ஆகவில்லை. கிட்ஃப்ளுயன்ஸர் போன்ற வார்த்தைகளை நாம் தெரிந்து வைத்துக்கொள்வது குறிவைக்காமல் அடிக்க உதவும்.

குறிவைத்து அடிக்கப்படிக்கும் பொழுது... குறிவைக்காமல் அடிக்கும் பழங்களும் நிறைய நமக்குக் கிடைக்கும். அவற்றால் பரீட்சையில் நிறைய பலன் கிடைக்கும். பக்தி இயக்கம் குறித்து குழந்தைகள் ஆர்வம் காட்டினர். அவர்கள் ஆழ்வார்கள் நாயன்மார்கள் குறித்து நிறையக் கேள்விகள் கேட்டார்கள். அதன் காரணமாக நிறைய தகவல்களை மீண்டும் தேடினோம். கோபிகா தீபிகா இன்ஃப்ளுயன்ஸ் காரணமாக திருவாசகம் திருமுறைகளுக்குள் அடங்குமா? அல்லது திருமுறைகளில் ஒன்று தேவார திருவாசகமா? என்கின்ற கேள்விகளுக்கு விடை கிடைத்தது. அவர்கள் பாடும்பொழுது கேட்ட கேள்விகளுக்கு பதில் தேடினோம். திருவாசகம் ஒரு திருமுறை, அதாவது குறிப்பாக எட்டாம் திருமுறை. தேவாரம் என்பது முதல் ஏழு திருமுறைகள் என்பனவற்றையெல்லாம் இந்த கிட்ஃப்ளுயன்ஸர்கள் வழியே படித்துக் கொண்டோம். என்ன?... இவர்கள் சோசியல் மீடியாவில் இல்லை அதுதான் வேறுபாடு.

சரி சின்ன நேனோடெக்னாலஜியில் இருந்து சுத்தி சுத்தி சந்தோஷ் சுப்ரமணியம் வரை போய் வந்தாச்சு, அடுத்த கேள்வி என்ன பாடத்தில்? என்று ஒரு கேள்வி கேட்டு இருந்தோம்... அதற்கான பதில் சொல்லும் நேரம் இது... குறிவைக்காமலும் அடிக்கலாம்! என்று நிரூபிக்கும் நேரம்... அதெப்படி? என்று கேட்கிறீர்களா?

இதோ நீங்களே அந்தக் கேள்வியைப் பாருங்கள், புரியும். 2015 UPSC கேள்வித்தாள் பிரிலிமினரி பரீட்சை...சீரிஸ் 'A' ல் வந்துள்ள நாற்பதாவது கேள்வி...

4.3 ஓசோன் ஓட்டையும் கேள்வி வேட்டையும்!

40. ஓசோன் படலத்தில் ஓட்டை விழவைக்கும் பொருட்கள் உருவாவதை குறைப்பது, கட்டுப்படுத்துவது அல்லது நிறுத்துவது குறித்து பின்வரும் எந்த நெறிமுறை கூறுகிறது?

(a) பிரெட்டன் வூட்ஸ் கருத்தரங்கம்

(b) மாண்ட்ரீயல் நெறிமுறை

(c) க்யோட்டா நெறிமுறை

(d) நாகோயா நெறிமுறை

நெறிமுறை என்பதை பிரபலமான... ப்ரோட்டோகால் என்கின்ற ஆங்கிலச்சொல் என்று சொல்லிவிடுவோம். இதை மிக துல்லியமாக இந்தப் பாடத்திட்டத்தில் வந்துள்ள கேள்வி... தான் என்று வரையறுத்து சொல்லிவிட முடியாது.

பிரெட்டன் வூட்ஸ் என்றால் ரொம்ப பிரபலமான பழக்கப்பட்ட சொற்றொடர். அது பொருளாதாரம் சம்பந்தப்பட்டது. மேலே கேட்டு இருக்கிற கேள்வி சுற்றுப்புற சூழல் சம்பந்தமானது. அதிகாலைக் காத்துல ஓசோன் இருக்கு, அரசமரம் சுத்துனா ஓசோன் வருது என்று கவனமாகப் படிக்க வேண்டிய, வாட்ஸ் அப் விஞ்ஞானிகளுடைய குறுந்தகவல் ஏராளம் கேள்விப்பட்டு இருக்கிறோம். சுற்றி வளைச்சு எல்லாத்தையும் புவியியலுக்குள் அடக்கி வைக்கலாம்.

ஊரெங்கும் 'புதுவாழ்வு' என்கின்ற ஒரு திட்டம் குறித்த செய்தி களை சுவர்களில் எழுதப்பட்டிருப்பதைப் பார்த்திருப்போம். அது ஒரு உலக வங்கித் திட்டம். இரண்டாம் உலகப்போரின் முடிவுக்காலத்தில் 1944 ஆம் ஆண்டு பன்னாட்டு நிதியம் ஒன்றை IMF உருவாக்கினார்கள். கூடவே பன்னாட்டு சீரமைப்பு மற்றும் வளர்ச்சி வங்கி (IBRD) என்பதும் உருவாக்கப்பட்டது. இந்த IBRD உலக வங்கியின் ஒரு அங்கமாகச் செயல்படுகின்றது. பிரெட்டன் உட் என்றால் என்ன என்று கொஞ்சம் தேடிப்பார்த்தால் அது நியுஹேம்ப்ஸையர் என்கின்ற வடகிழக்கு எல்லைப்புற மாநிலத்தில் அமெரிக்க ஐக்கிய நாடுகளில் அமைந்திருக் கிறது என்று தெரிய வருகின்றது. 1945 ஏப்ரல் முப்பதில்தான் ஹிட்லர் காலமாகிறார். ஆனாலும் அதற்கு ஒரு வருடம் முன்பாகவே ஐ.எம்.எஃப் உதயமாகிறது. இடம்... பாருங்க அந்த பிரெட்டன் வுட் பகுதி ஒரு கோடை வாசஸ்தலம் ஒரு ஹோட்டலைத் தவிர பெரும்பாலும் இயற்கை மட்டுமே கொலோச்சுகிற ஒரு அழகான இடம்... நல்ல முடிவெடுக்கத் தகுந்த இடமே! ஜெர்மனி சாவகாசமாக 1952இல் IMFஇல் இணைய இதுவே காரணமாக இருக்கலாம். இப்போது IMFஇல் 189 நாடுகள் உறுப்பினர்கள்.

மான்ட்ரீயல் நகரம் கனடாவில் இருக்கிறது. சின்ன வயதில் வான்கூவர் மேற்கு கனடாவிலும்... டொரன்டோ ஒட்டாவா... மான்ட்ரீல் முதலியவை கிழக்கு கனடாவிலும் இருப்பதாக படித்தது. இன்றைக்கு கனடா என்றாலே எழுத்தாளர் அ.முத்துலிங்கம் நினைவில்

வருகிறார். அவரது எழுத்துக்களில் 'கமக்காரன்' என்றால் விவசாயி, ரோல்ஸ்ராய் என்றால்... டால்ஸ்டாய் என்று புரிந்து படித்ததையும் தாண்டி நிறைய உணர்ந்து கொள்ள முடிந்தது. இப்போது கையில் புரட்டிய புத்தகம் 'ஒன்றுக்கும் உதவாதவன்'. இங்கே கேள்வி பதிலுக்கு வருவோம். 1987ல் மான்ட்ரீயலில்தான் ஓசோனை துளையிடும் பொருட்கள் உற்பத்தியை கொஞ்சம் கொஞ்சமாகக் குறைக்கவும் நிறுத்துவதற்கும் நெறிமுறைகள் உருவாக்கப்பட்டது. ஆக மொத்தம் கேள்விக்கான விடை (b) மான்ட்ரீயல் நெறிமுறை என்பதுதான். ஆஹா, இரண்டாவது ஆராய்ச்சியில் தேடியது கிடைத்து விட்டது. அவ்வளவு தானே மகிழ்ச்சி என்று நாம் தேடுவதை நிறுத்திவிடுவது தவறு. இன்னும் இரண்டு வாய்ப்புக்கள் உள்ளது, ஒருவேளை அதிலும் ஏதாவது ஓஸோனைப்பற்றி பேசியிருக்கப் போகிறார்கள். அந்த இடங்களும் எங்கே உள்ளது? அந்த நெறிமுறைகள் எதைக் குறித்து என்றெல்லாம்... படித்துவிடுதல் நல்லது.

4.4. கேள்வி முடிந்தாலும் பதில் பரவும்:- உதவும்

க்யோட்டோ என்பது ஜப்பானில் உள்ள இடம். அங்கே டிசம்பர் 11, 1997இல் ஒப்புக்கொள்ளப்பட்டு 2005 முதல் (16.2.2005) செயல்படுத்தப் படும் நெறிமுறையே கியோட்டோ ப்ரோட்டோகால் ஆகும். இதில் பூமி சூடாவதைத் தடுக்க மனிதனால் வெளியிடப்படும் அல்லது மனித செயல்பாடுகளால் உருவாகும் கரியமில வாயு அளவைக் குறைப்பது அல்லது தவிர்ப்பது இந்த அறிவியல் பூர்வமான ஒத்துழைப்பு நெறிமுறையின் நோக்கமாகும். இது 1992இல் உருவாக்கப்பட்ட ஐக்கிய நாடுகளின் பருவநிலை மாற்ற மாநாட்டுக் கட்டமைப்பு (United Nations Framework convention on climate change UNFCC) உடைய நீட்சியாக அதாவது UNFCC மூலம் நடைமுறையில் எப்படி வேலை செய்வது என்று முடிவு செய்து சொல்வதற்காக க்யோட்டோ நெறிமுறை அமைந்துள்ளது என்று கூறலாம். இதில் 192 உறுப்பினர் நாடுகள் உள்ளன. கனடா 2012 ஆம் ஆண்டு வெளியே சென்றது. அமெரிக்க ஐக்கிய நாடுகளும் வெளியே உள்ளது. இந்தியா உறுப்பினராகவே உள்ளது. அமெரிக்கா 2001 ஆம் ஆண்டு வெளியேறியுள்ளது. உறுப்பினர் நாடுகள் எல்லோரும் இவ்வளவு நாட்களுக்குள் (வருடங்களுக்குள்) இவ்வளவு கரியமில வாயு வெளியிடுவதைக் குறைப்போம் என்று குறியீடு வைக்க வேண்டும் என்பதே க்யோட்டோ நெறிமுறையின் நிபந்தனை ஆகும். இதைப்பற்றி இப்போ இவ்வளவு படித்ததே கேள்விக்கு வெளியே தான். அதாவது குறி வைக்காமல்தான் படித்த விசயம் ஆகும்.

4.5. உலக வங்கி பழகுவோம்!

இதுபோன்ற நெறிமுறைகள் குறித்தும் பன்னாட்டு அமைப்புகள் குறித்தும் படிக்கும்பொழுது அவை குறித்த இந்தியாவின் நிலைப் பாட்டைப் புரிந்துகொள்வதும், அது குறித்த அண்மையில் வந்த செய்தி களைப் படிப்பதும் மிக உதவியாக இருக்கும். மான்ட்ரீயல் நெறிமுறை 1992 உருவான காலந்தொட்டு இந்தியா அதில் கையெழுத்திட்டு உறுப்பினராக இருந்து வருகின்றது. இந்தியா சுதந்திரம் அடையும் முன்பே 1945இல் IMF உறுப்பினரானதும்... உலகமயமாக்கல் கொள்கையின் அறிமுகப்படுத்தலின் பின்விளைவாக 1992 IMF உடனான நிதிப்பரிமாற்றம் குறித்து எல்லாம் விவரமாக படிப்பது பொருளாதாரத்திற்குள் நம்மை அழைத்துச் செல்லும். IMFல் கடன் பெறுவதற்காக SDR என்றொரு பதத்தைப் பயன்படுத்துகிறார்கள் சிறப்பு பெறும் உரிமை (Special Drawing Rights) என்று குறிப்பிடுகின்றார்கள். இங்கிருந்து அடுத்த வாய்ப்பான அதாவது 40 ஆவது கேள்விக்கான (2015 UPSC Civil Services, prelims) நான்காவது பதில் வாய்ப்பான நாகோயா நெறிமுறைக்கு போவோம்.

4.6. ஒன்றுக்கும் உதவாதா?

இந்த நாகோயா என்கிற இடமும் ஜப்பானில்தான் உள்ளது. இந்த ஒரு கேள்வியிலேயே இரண்டுமுறை வட அமெரிக்கா மற்றும் ஆசியா கண்ட நாடுகளுக்குச் சுற்றி வந்திருக்கிறோம். ஒன்றைப் படிக்கும் பொழுது அதனோடு தொடர்புள்ள நமக்குத் தெரிந்த எல்லா தகவல் களையும் ஒருமுறை புதுப்பித்து நினைவில் பதிப்பது மிகவும் பயனுள்ளதாக இருக்கும். இப்படி நாம் அறிந்தவற்றை கலை இலக்கியம் போல 'ஒன்றுக்கும் உதவாதவன்' என்ற தலைப்பில் எழுதப்பட்டாலும் மிகவும் உதவியாக இருக்கின்ற அ.முத்துலிங்கம் ஐயாவுடைய புத்தகம் போல, பல 'ஒன்றுக்கும் உதாவது' என்று கருதப்படக் கூடிய தகவல்கள் கூட சில முக்கியமான நேரத்தில் தேவையான பதில்களைக் கண்டறிய உதவும்.

இந்த கேள்வியில் மான்ட்ரீயல் 92, க்யோட்டோ 2005 இரண்டுமே சுற்றுப்புற சூழல் தொடர்பானது என்று மேம்போக்காகப் பார்த்தால் தோன்றும், கேள்வியை அடித்துத் துவைத்தால் தான்... மான்ட்ரீயல் என்பது சரியானது என தெரியும். தெளியும். அதன் பிறகு குறி வைக்காமல் படித்தால் தான் மான்ட்ரீயலில் ஓஸோனும் க்யோட்டோவில் கரியமில வாயுவும் பேசப்பட்டு இருப்பதை ஒரு 'காற்று வெளியிடை' கண்டுபிடிக்க முடியும்! ஆக... தேவையான பதிலைமட்டும் மனப்பாடம் செய்கின்ற பழக்கத்தை விட்டு... கொஞ்சம் கேள்விகளுக்கு வெளியேயும் படித்து, புரிந்துகொண்டு தகவல்களைப் பொருத்திப் பார்ப்பது...

பிரிலிம்ஸிற்குப் படிப்பவர்களுக்கு பிரமிப்பூட்டும் அளவு நன்மை தரும்! கெபாஸிட்டியை ஏற்றும். நினைவில் வெள்ளைத்தாளில் வைத்த கருப்புப் புள்ளியைப்போல... தாளின் வெண்மை அதிகமாக புள்ளி தெளிவாகத் தெரியும்.

4.7. தென்றல்வன நாடும் தேவதேவனும்:-

1. LMO - Living modified organisms
2. PTA - Preferential Trade Agreement
3. CBD - Convention on Biological Diversity
4. ABS - Access and Benefit sharing
5. PIC - Prior Informed consent
6. MAT - Mutually Agreed Terms

நாகோயா நெறிமுறை 2010 இல் உருவாக்கப்பட்டது. மேலேகண்ட ஆறு வரிகளில் ஆறு மூன்றெழுத்து அடையாளச் சொற்களை ஆங்கிலத்தில் எழுதியிருக்கிறோம். இதை விளக்கமாகப் புரிந்து கொள்வதற்காக... கீழ்க்கண்ட ஒரு கற்பனைக் கதையைப் பாருங்கள்...

இயற்கை வளம் கொஞ்சும் தென்றல்வன நாட்டில் தேவதேவன் என்றொருவர் வாழ்ந்து வந்தார். மற்றொரு பணக்கார நாடான டாலர் தேசத்தில் செல்வமணி என்றொரு தொழிலதிபர் இருந்தார். தேவதேவனுக்கு காலில் காயமானால் பாட்டி மஞ்சள்தூள் போடுவாங்க. வீட்டில் தக்காளி இரசம் ஊற்றி சாப்பிடுவார். ஒரு நாள் தேவதேவனிடம் இந்தத் தகவல்களை செல்வமணி தெரிந்து கொண்டார். கொஞ்ச நாள் கழித்து 3-3-19 தி இந்து ஆங்கில நாளிதழில் வந்த மாதிரி லைகோஃபீன் என்ற தக்காளியில் உள்ள வேதிப் பொருள் கல்லீரல் புற்றுநோயை குணப்படுத்துவதைக் கண்டு பிடித்து, அதை தனியாக செல்வமணியின் கம்பெனி பிரித்து விற்பனை செய்து பெரிய பொருள் ஈட்டியது. நாகோயா நெறிமுறைகளின்படி செல்வமணி முன் கூட்டியே, தான் தக்காளியில் இருந்து அந்தக் கெமிக்கலை பிரித்து எடுப்பது குறித்து தேவதேவனிடம் சொல்லி அவருடைய சம்மதத்தைப் பெற்றிருக்க வேண்டும். "முன்தெரிந்த சம்மதம்", இதைத்தான் முன்தெரிந்த -PIC என்று மேலே சொன்னார்கள். மரபுவழி செல்வங்களைக் கொண்டு உருவாக்கப்படும் பலன்களைக் கைக்கொள்வதற்கும், பகிர்ந்துகொள் வதற்கும் உள்ள ABS வழிமுறைகளை விளக்குவதற்காக நாகோயா நெறிமுறை 2010இல் உருவாக்கப்பட்டுள்ளது.

இப்பொழுது இந்தக் கதையை படித்துப் பார்த்தீர்களேயானால் நாகோயா நெறிமுறைகளைக் குறித்து தெளிவாகப் புரிந்துகொள்ள

முடிகிறது. பல்வேறு நாடுகளில் பழங்காலந்தொட்டு பயன்படுத்தப் பட்டு வரும் தாவர மற்றும் விலங்குயிரிகள் உடைய மரபுப் பண்புகளை அதனால் விளையும் பொருளாதார பலன்களை, எவ்வாறு தங்களுக்குள் பகிர்ந்துகொள்வது? அவற்றுக்குப் பிரதிபலனாக நிதி அல்லது விலைவீத உரிமைத் தொகை (Royalty) இராயல்டி எவ்வாறு தரப்பட வேண்டும்? என்பது குறித்து நாகோயா நெறிமுறைகள் கூறுகின்றன.

இந்தக் குறி வைக்காத படிப்பில் - நாலாவது வாய்ப்பிற்கு ஒரு கற்பனைக் கதையையே உருவாக்கிப் படிக்கிற டெக்னிக் சொல்லப்பட்டு உள்ளது. அது கான்செப்ட்டை தெளிவாக்கித் தத்துவத்தை நெஞ்சில் நிலை நிறுத்துகின்றது. அதன்பிறகு வாழ்கின்ற மாற்றப்பட்ட உயிரிகள் (Living Modified Organisms) போன்ற கருதுகோள்கள் எளிதில் புரியவரும்.

4.8. தற்செயலாய் ஒரு மார்க்:-

எதேச்சையாக நடந்து போகும்பொழுது கண்ணில் தென்பட்ட ஒரு பொருள் U.P.S.C யில் கேட்கப்பட்ட ஒரு கேள்விக்குப் பதிலாக அமைந்தது... சொந்த வாழ்விலேயே நடந்தது. அதில் நாம் எழுதிய பதில் தவறு... எங்கள் சீனியர் டாக்டர். மீனாட்சி சுந்தரம் IAS சார் ஒருநாள் புதுதில்லி IARI இல் இருந்த விடுதி உணவகத்திற்கு சாப்பிடச் செல்லும் பொழுது ஒரு தாவர வளர்ப்பு அமைப்பைப் பார்த்திருக்கிறார். அதில்... அந்த செடி வளர்ப்பு முறையின் பெயர் எழுதப்பட்டு இருந்துள்ளது. அந்தச் செடியை பார்த்தபொழுது கூட இருந்திருந்தால் ஒரு மதிப்பெண் கிடைத்திருக்கும்? என்று முதலில் தோன்றியது... நாம் காண்கின்ற பொருள்களைக் குறித்துக் கருதிப் பார்த்தல் அவசியம் என்று. அது சரி! அது என்ன செடி...? என்ன கேள்வி...? சொல்கிறோம்... குறி வைக்காமலும் அடி,

---

❖ "குறி வைக்காமலும் அடி" எங்கள் அறிவை மேம்படுத்தும் ஊடகமாக உங்கள் எழுத்துக்கள் உள்ளன. உயிரே, உயிரே பாடல் இனி கேட்கும்போது ஒரு புதிய கோணத்தில் சிந்திக்க வைக்கும் kidfluencer, Tastemaker போன்ற புதிய வார்த்தைகளையும் அதற்கான விளக்கங்களையும் தெளிவாக புரிந்துகொள்ள முடிகிறது. அருமை. அனைத்து வகைத் தேர்வுக்கும், நடப்பு நிகழ்வுகள் பயனுள்ளதாக இருக்கின்றன.

பொ. வனிதா, சென்னை, 19/2/19

❖ இந்த புத்தக ஆசிரியர் 80 கேள்விகளைப் பற்றி மட்டுமே ஆய்வு செய்தே முதனிலைத் தேர்வில் தேர்ச்சி பெற்றது எப்படி? என்பது,

❖ ஓசோன் படலத்தைப்பற்றிய ஒற்றை கேள்விக்கு பொருளாதாரம் சம்பந்தப்பட்ட பிரெட்டன் வூட்ஸ் கருத்தரங்கம், ஓசோன் படலத்தில் ஓட்டையைத் தவிர்க்க கனடாவின் மான்ட்ரீயல் நெறிமுறை, கரியமில வாயுவின் அளவைக் குறைக்க ஜப்பானின் க்யோட்டோ நெறிமுறை, ஒரு அழகான கதையோடு மரபுவழிச் செல்வங்களைப் பகிர்ந்து கொள்வது பற்றிய ஜப்பானின் நாகோயா நெறிமுறை.

❖ இவை அனைத்தும் உருவான வருடம், இடம், பங்குபெற்ற நாடுகள், இந்தியாவின் நிலை என எக்கச்சக்க தகவல்களை, தந்திருப்பதிலிருந்து புரிகிறது.

வாணி, திருச்சி, 5/3/19

பிரிவு: 5
பார்க்காத கண்ணும் பார்க்கும்

தீபக் சோப்ரா சார் தனது புத்தகங்களில் நாம் கொடுக்கின்ற காசை ஆசீர்வதித்துக் கொடுக்க வேண்டும் என்று சொல்லுவார். அதாவது... விட்டெறியக் கூடாதாம்... தரவேண்டி இருக்கிறதே என்று குமுறக்கூடாதாம்... அதுசரி... இப்போ நாம படிப்பது... குறிவச்சு அடிக்கத்தானே... மேற்கண்ட காசுத் தத்துவத்தை அப்படியே நிறுத்திடுவோம். செடிகளுக்குத் தண்ணீர் ஊற்றி இருக்கீங்களா? அதுவும் தொட்டிச் செடிகளுக்கு? மக்கில் (Mug)ல் எடுத்து... வீசறவங்கள் இருக்கலாம்... செடிகளைச் சுற்றிலும் அப்புறம்... தொட்டி நிறைஞ்சு... ஊறி கீழே வந்து... செடிகளுக்குக் கீழே வைத்திருக்கிற பிளாஸ்டிக் தட்டில் கொசுவளர உட்கார்ந்திருப்பதும் உண்டு... நீர்... ஒருநாள் கோபிகா... கேட்டாள்...

"அப்பா... செடிகளுக்குக் கண், காது, எல்லாம் இருக்கா?" அவள் கேள்விகள் ஏன் வருகின்றன என்று தெரிந்த பிறகுதான் அதற்குத் தகுந்த பதில் சொல்ல வேண்டும். முன்பு அவளிடம் வேறு ஏதோ சொல்லிய தற்குப் பதில்தான் இந்தக் கேள்வி! என்ன சொன்னோம்... என்று கேட்கிறீர்களா?.

அப்படி ஒன்றுமில்லை...

5.1. மிக மெதுவான விலங்கு எது?

குழந்தாய்... செடிகளுக்கு தண்ணீர் ஊற்றுவது ஒரு கலை. வடிவேல் ஒரு படத்தில், "வெங்காய ஊத்தப்பம் எப்படிப் போட வேண்டும்?" என்று இரசித்துச் சொல்லுவார். அதுபோல நளினமாக தண்ணீரைப் பக்குவமாக செடிகளோடு பாசமாக பேசிக்கொண்டே ஊற்ற வேண்டும்! என்றுதான் சொன்னோம்!

வேறு என்ன சொல்ல வேண்டும் என்கிறீர்களா?

ஒசூரில் க்ரோ மோர் (Grow -more) என்றொரு பயோடெக்னாலஜி கம்பெனி உண்டு அதன் தலைவர் டாக்டர் பாரதி அவர்கள் செடிகளுக்கு உணர்வுகள் உண்டு அதை வெட்டலாம் என்று நினைத்தாலே வருந்தும்

செடிகள் உள்ளன! அவை வாடிவிடும் என்று பத்து வருடம் முன்பே சொன்னார்.

டேனியல் சமோவிட்ஸ் (Daniel Chamovitz) என்னும் இஸ்ரேல் விஞ்ஞானி செடிக்கு என்ன தெரியும்? என்று ஒரு புத்தகம் 2012 இல் எழுதியிருக்கிறாராம். அதை ஒரு BBC கட்டுரையில் இன்று 3/3/19 படிக்க நேர்ந்தது. அவ்வளவுதான்... உங்களோடு பகிர்ந்து கொள்ள வேண்டும் என்று கரங்கள் பரபரக்க எழுதத் தொடங்குகிறோம்...

இது அறிவியலா? உணர்வியலா?

நீங்களே முடிவு செய்து கொள்ளுங்கள். இரண்டும் சேர்ந்த அவியல் என்றும் சொல்லலாம். எதற்கு இவ்வளவு செடிகள் புராணம் என்று நீங்க கேட்கலாம்...

காகிதப்பூச் செடி விதை போட்டா வளரும்?

என்று, ஒரு கேள்வி கடந்த 2002 ஆம் வருடத்தில் UPSC கேட்டுள்ளது... இன்னும் நிறையக் கேட்டுள்ளது... பாட்டனியின் பாட்டம் வரை படித்தால்... பலன் உண்டுதான்... பட்டாணி என்றால் பைசம் சட்டைவம் என்று லின்னேயஸ் சொன்னதெல்லாம் லிமிட்டட் ஓவர் கிரிக்கெட் போல அன்லிமிடெட் ஆர்வத்துடன் படிக்க முடியக் கூடியவையே! பரீட்சைக்குத் தேவை என்றாலும்... கொஞ்சம் உணர்வுப் பூர்வமாக படித்தால் நாம் நிறைய புரிந்துகொள்ள முடியும்... நீண்ட காலம் ஞாபகமும் இருக்கும்!

What a Plant knows!

என்பது டேனியல் சார் எழுதிய புத்தகம்...

பாயுமொளி நீ எனக்கு பார்க்கும் விழி நானுனக்கு!

என்றார் பாரதி! இவர் மகாகவி.

அப்படி ஒளியை உணர!! பதினோரு ஃபோட்டோரிசப்ட்டார் என்னும் ஒளிவாங்கிகள் (கண்ணுக்குள் இருப்பவை) உள்ளதாக ஒரு செடியை ஆராய்ந்து கண்டுபிடித்திருக்கிறார்கள். அப்படியா? அது சரி நமக்கு எவ்வளவு ஃபோட்டோரிசப்ட்டார் என்று கேட்பீர்கள்... சொல்கிறோம்...

வெறும் நான்கே நான்குதானாம்!

அடக்கடவுளே!

தொடர்ந்து படித்தால்... அந்தக்கட்டுரையில் ஒளி! என்பது தாவரத்திற்கு... அதையும் தாண்டிப் புனிதமானது? அதாவது... லைட்டுதான் உணவு... என்றே சொல்கிறார்...

'லைட்டா' சாப்பிடுவது இப்போ ஃபேஷன்...

ஆனா

செடிகள் 'லைட்டத்தான்' சாப்பிடுது என்பது சயின்ஸ்.

அறிவியலறிஞர்... அதுதான் பார்க்காத கண்ணும் பார்க்கும் என்று... தலைப்பு வைத்தோம்! கண்ணாலயே தின்னுடுவாப்ல!

என்று சொல்வாங்களே! அதுதான் செடிகள்ல நடக்குதுங்க... அடுத்த முறை செடிகளைப் பார்க்கும் போது! அதுங்க நம்மைப் பார்க்குது! என்று நினைக்கணும்ங்க!

அது சரி காது எப்படி என்கிறீங்களா?

எதுக்கு சுத்தி வளச்சுக்கிட்டு! தாவரங்கள்... சுருக்கமா சொல்லப் போனா... மிக மெதுவான விலங்குகள் (Very slow Animals) என்று ஜேக் சி சல்ட்ஸ் (Jack C Schaultz) என்கின்ற நாற்பது வருடங்களாக செடிகளை ஆராய்ச்சி செய்து கொண்டிருக்கிற கொலம்பியா பல்கலைக் கழக அறிவியல் பேராசிரியர் தெரிவிப்பதை சொல்லிக் கொள்கின்றேன்!

5.2. நாம் பூத்துக் குலுங்குவோம்:-

வாடிய பயிரைக் கண்ட போதெல்லாம் வள்ளலார் வாடினார் என்று பாடினார்! வாடிய மனிதரைக் காணும் போதெல்லாம் செடிகள் வாடுமோ... என்னமோ... அடுத்த முறை தொட்டி செடிகளானாலும் தோட்டச்செடிகளானாலும் காட்டு மரங்களானாலும்... சும்மா பக்கத்தில் போகும் போதே பூத்துக் குலுங்குங்கள் பார்க்கலாம்...

அட இவ்வளவு நேரமா... டாக்டர் R.மீனாட்சி சுந்தரம் சாருக்கு... ஐ.ஏ.ஆர்.ஐ (இந்தியா விவசாய ஆராய்ச்சி நிறுவனத்தில்) இல் மெஸ்ஸூக்கு நடந்து போகும் பொழுது எதேச்சையாகத் தெரிய வந்த கேள்வி என்ன என்று சொல்லவில்லையே! தாவரவியல் என்று நினைத்தால் அது சம்பந்தமாக இப்படி நிறையப் பேசிவிட்டோம். இதோ அந்தக் கேள்வி...

Q119 பைட்டோட்ரான் என்கின்ற வசதி எதற்காகப் பயன்படுத்தப் படுகிறது என்றால்... (Phytotron)

(a) நோய் இல்லாத முறையில் தாவரங்களை வளர்க்க உதவுகின்றது

(b) அழிந்துவரும் தாவர இனங்களைப் பாதுகாக்கப் பயன்படுகிறது

(c) கட்டுப்படுத்தப்பட்ட சூழ்நிலையில் தாவரங்களை வளர்க்கப் பயனாகிறது

(d) திடீர் மாற்றத்தை செடிகளில் வரவழைக்கப் பயன்படுகின்றது

பைட்டோ என்றால் தாவரம் சம்பந்தப்பட்டது என்று பொருள். இந்த சொல் கிரேக்க மொழியில் இருந்து வந்துள்ளது. ஆரம்ப காலத்தில் "உயிராக உருவாவது" என்ற பொருளில் இருந்த சொல்... பின்னர் "தாவரம்" என்ற பொருளில் மாறி அதன் பின்னர் ஃபைட்டோ என்று ஆகி உள்ளது. இது போன்ற கிரேக்க, லத்தீன் மொழிச் சொற்கள் ஒரு ஐநூறு அறுநூறை அவ்வப்போது படித்து மனசுக்குள்ளே போட்டு வைத்துக் கொண்டால் அதில் இருந்து அவ்வப்போது திரும்ப எடுத்து நமக்கு வந்துள்ள கேள்வி எந்த பக்கமிருந்து வந்துள்ளது என்று தெரிந்து கொள்ளலாம். ஃபைட்டோட்ரானில் இருக்கிற ட்ரான் என்கிற சொல்லையும் கொஞ்சம் பல்லைப் பிடித்துப் பார்த்தோம்.

அதுல பாருங்க ஒரு ஆச்சரியம்!

அது 'எலக்ட்ரான்' என்கின்ற சொல்லின் வாலில் இருந்து வருகிற சொல்லாம். எனவே, படிக்கின்ற பொழுது புதிதாக ஒரு சொல்லைக் கண்டுபிடித்தால் அதன் நாடி பிடித்துப் பார்த்து (கால்நடை மருத்துவர் அல்லவா) அதற்கான எட்டிமாலஜி (etymology) என்கின்ற காரணத்தைக் கண்டுபிடிக்கிற வேலையையும் செய்தோம்; என்றால் அந்தச் சொல் மறக்க முடியாமல் மனதில் தங்கிவிடும். அப்படித்தான் சாப்பிடப் போகிற வழியில் ஐ.ஏ.ஆர்.ஐ-ல் செடிகளைக் கட்டுப்படுத்தப்பட்ட சூழலில் வளர்க்கின்ற பச்சை வீடு மாதிரியான கட்டமைப்பிற்கு ஃபைட்டோட்ட்ரான் என்கிற பெயர் கொடுக்கப்பட்டுள்ளதைப் பார்த்து மேற்கண்ட கேள்விக்கு (c) என்கின்ற சரியான விடையினை நமது சீனியர் எழுதியிருக்கின்றார்.

ஃபைட்டோட்ரான் என்கிற வார்த்தை சைக்ளோட்ரான் என்கின்ற சொல்லுக்குச் சொந்தக்காரராக இருக்க வேண்டும்.

சைக்ளோட்ரானுக்கும் சைக்கிளுக்கும் என்ன சம்பந்தம் என்றால்... வட்ட வட்டமாக அணுத்துகள்கள் விரைவுபடுத்தப்பட்டு வெளியே வீசப்படுகின்றன... வட்டப்பாதையில் அவை வேகம் அடைவதால் சைக்கிள்- என்கிற முதல் பகுதி பயன்படுத்தப்படுகின்றது. இரண்டு பெரிய காந்த சக்திகொண்ட பொருள் அமைப்பு இவ்வாறாக விரைவுபடுத்தப்படும் துகள் (பெரும்பாலும் எலக்ட்ரான், நியூட்ரான் அல்லது பாஸிட்ரான்) இருக்கின்ற அரை வட்ட வடிவ சேம்பர்கள் (அதற்கு Dee என்று பெயர்) இரண்டு பக்கமும் உள்ளன. பாஸிட்ரானை வேகப்படுத்தி மோத விடும் கருவிதான் PET - பாஸிட்ரான் எமிஸன் டோமோகிராஃபி என்று மருத்துவத் துறையில் பயன்படுத்தப் படுகின்றது. இப்படியாக 1939 இல் எர்னஸ்ட் லாரன்ஸ் அவர்களுக்கு நோபல் வாங்கிக் கொடுத்த சைக்ளோட்ரானைப் பற்றி ஃபைட்டோட்ரான் பற்றிப் படிக்கும் போது தெரிந்து கொள்கிறோம். மகிழ்ச்சிதான்.

சைக்ளோட்ரான் வட்ட வடிவத்தில் காணப்படுகிறது. வாழ்க்கை ஒரு வட்டம்தான்.

சைக்ளோட்ரான் கருவியில் காந்தப்புலத்தால் துகள்கள் வேகமடைவதைப் போல தொடர்புடைய தகவல்களின் பின்னணியில் தக்க புள்ளிவிவரங்கள் வேகமாக நினைவில் பாய்ந்து ஒட்டிக்கொண்டு விரைவாக தேர்வு எழுதும்போது முட்டி மோதிக்கொண்டு வெளி வருகின்றன.

இப்போது 'சைக்ளோ' என்ற சொல்லை இயற்பியல் கருவியில் பார்த்தோம். பின்னர் வேதியியல் பாடத்தில்... நம் உடலில் உள்ள ஒரு மிக முக்கியமான வேதிப்பொருளின் கட்டமைப்பில் பார்க்க உள்ளோம். சமீபத்தில் கே.ஜி.எஃப் என்று ஒரு திரைப்படம் (கன்னடம் டு தமிழ்) பார்த்தோம். அதில் பில்ட் அப் பலமாக இருக்கும். அதே போல இங்கே... பின்னாடி வர உள்ள... சைக்ளோ... என்ற வேதியியல்... பாட சொல்லுக்கு... நீளமான பில்ட் அப் கொடுத்து... பாண்டியன் சார் அதை வந்து சொல்லும் வரை... காத்திருங்கள் என்று சொல்லி இந்தப் பிரிவை முடிக்கிறோம்... யார் பாண்டியன் சார்... அதுவும் விரைவில்?...

5.2.1. கொளப்பன் மற்றும் கொஅப்பன்

நண்பர்களே

பாண்டியன் சார்... எப்போ வருவார் என்கிற ஆர்வத்தோடு... பிரிவு 5 க்குள் தேடிக்கொண்டு இருக்கிறீர்கள்... விரைவில் வருவார்... சைக்ளோ... குறித்தும் சொல்வார்...அதற்குள் புவியியல் தொடர்பான இந்த ஒரு கேள்வியை அலசிடுவோமா...

இது 2015 ஆம் ஆண்டுக்கான முதனிலைத் தேர்வில் 5 ஆவதாகக் கேட்கப்பட்டது.

5.2.2. இந்தப் பகுதியில் ஒவ்வொரு நாளும் கிட்டத்தட்ட ஒரே மாதிரி இருக்கிறது. காலை நேரம் வெளிச்சமாகவும் தெளிவாகவும் கடற்கரையில் இருந்து வீசும் இனிய மென்காற்று. மதிய நேரம் ஆக ஆக... சூரியன் வானில் உயர உயர... வெப்பம் அதிகம் ஆகிறது. கரும் மேகங்கள் சூழ்கிறது. அதுக்கப்புறம்... இடியும் மின்னலும் கூடிய மழை வருகிறது... ஆனால் அந்த மழை விரைவில் நின்றுவிடுகிறது.

மேற்கண்ட பத்தியில் கீழ்க்கண்ட எந்த மண்டலத்தைக் குறித்து விவரிக்கப்பட்டுள்ளது?

(a) சவான்னா புல்வெளி (c) நிலநடுக்கோட்டுப் பகுதி

(b) பருவக்காற்று வீசும் பகுதி (d) மத்திய தரைக்கடல் பகுதி

எங்களோடு கல்லூரியில் கொளப்பலூர்... ஈரோடு மாவட்டத்தில் இருந்து டாக்டர் இராஜமாணிக்கம் MVSC என்றொரு கால்நடை மருத்துவர் படித்தார். அவரை நண்பர்கள் கொளப்பா... என்றும் கொளப்பன் என்றும் அழைப்போம்... புவியியலில் கொஅப்பன் (Koeppan) என்கிற அறிவியலறிஞர் உலக தட்பவெப்ப சூழ்நிலைகளை ஐந்து வகைகளாகப் பிரித்திருக்கிறார்... கொளப்பனுக்கும்... கொஅப்பனுக்கும் இதற்கு மேல் எந்த சம்பந்தமும் இல்லை. குழப்ப வேண்டாம்...

தினந்தோறும் மழை என்றாலே! அதிக மழை பொழியும் நிலநடுக்கோட்டுப் பகுதி என்று சட்டென்று எழுதிவிட்டு பட்டென்று அடுத்த கேள்விக்குப் போய்விடுவார்கள்... புவியியலை விருப்பப் பாடமாக எடுத்தவர்கள்... நாமோ... அந்தக் காலத்தில் விலங்கியலையும் தமிழையும் தான் விருப்பப் பாடமாக எடுத்துக் கொண்டு உள்ளோம். பரவாயில்லை ஒரு பத்து நிமிடம் எதாவதொரு கைடு (Guide) புக்கை எடுத்துப் படித்தால் நாமும் கண்டறியலாம்.

அது இருக்கட்டும்... சவான்னா புல்வெளி என்பது என்ன... நிலநடுக்கோட்டுப் பக்கம் நாம் வாழ்வது என்றால் இந்தக் கேள்வியில் கொடுக்கப்பட்டுள்ளது போலக் கற்பனை செய்துகொள்வோம். அமேசான் ஆற்றுப் பகுதி மற்றும்... காங்கோ... நதி ஓடுகின்ற ஆப்பிரிக்க பூமத்திய ரேகைப் பகுதிகளை நிலநடுக்கோட்டுக் காலநிலை என்று கற்பனை செய்து கொள்க. சவான்னா என்பவை அதற்கு அடுத்துக் காணப்படுபவை. ஆப்பிரிக்கா ஆஸ்திரேலியா முதலிய பகுதிகளில் இந்த வெப்பமண்டல புல்வெளிகள் காணப்படுகின்றன.

பள்ளிக் கூடப் புத்தகத்திலே எங்கெங்கே என்னென்ன விதமான தட்பவெப்ப சூழ்நிலைகள் உள்ளன என்று படம் வரைந்து படித்தது ஞாபகம் வருகிறது. இங்கே வந்து கேள்வியைத் தொட்டு... ஒரு முறை படித்துவிட்டு அதை மொழிபெயர்த்த பிறகு... மீண்டும் நினைவுகளைத் தூசு தட்டும் பொழுது பதிலை ‘டக்’கென பிடித்துவிட முடிகின்றது. சவான்னா புல்வெளிகளில் மழையளவு 160 செ.மீ. ஆகும். இது வெப்ப மண்டல பிரதேசத்தைப் பொறுத்தவரையில் குறைவுதான். எனவே முட்களைக் கொண்ட மரங்களும்... ஆங்காங்கே கொத்துக் கொத்தான மரக் கூட்டங்களும்... புல்வெளிகளும் கொண்ட பகுதிகள் சவான்னா புல்வெளிகள் ஆகும்.

5.2.2.1. வெண்ணிலா வெனிசுலா

வெனிசுலா நாட்டில் இத்தகைய சவான்னா புல்வெளிகள் உள்ளன. வெண்ணிலா என்ற சொல்லும் வெனிசுலா என்கிற பெயரும்

ஒரே மாதிரி இருந்தாலும் இந்த வெப்ப மண்டல நாட்டில் இப்போ பொருளாதார வெப்பநிலை கொதிநிலையில் உள்ளது எனலாம். அங்கிருக்கிற அரசியல் சூழல் அப்படி. ஒரு கிலோ கேரட் அந்த ஊர் காசு மதிப்பில் பல ஆயிரக்கணக்கான ரூபாய்க்கு சமம், என்று பேப்பரில் படித்ததாக ஞாபகம். இப்படி புவியியலைப் படிக்கும்பொழுது மற்ற தொடர்புடைய செய்திகளும் ஞாபகம் வருவது இயல்பே.

5.3. இரட்டை அர்த்தம்... சுத்தம்!

இது போலத்தான் ABS என்று முன்னர் படித்த பொழுது Access Benefit Sharing என்று படித்தோம். இப்பொழுது Anti Lock Breaking system என்று படித்தோம். பூட்டு உடைந்து போகாமல் தடுப்பது அல்லது வீட்டில் திருடு போகாமல் தடுப்பது என்று இந்த ABS-ஐ பார்த்தவுடன் தோன்றுவது இயல்பு. ஓடி என்றால்... O.T. மற்ற அலுவலக பணியாளர்களுக்கு ஓவர் டைம் என்றும் மருத்துவர்களுக்கு ஆபரேஷன் தியேட்டர் என்றும் தோன்றும் அதுபோல இந்த இரண்டாவது ABS குறித்து தினத்தந்தி 13.03.19 நாளிதழில் அருமையான தமிழ்க் கட்டுரை வந்திருந்தது.

ABS என்பது வாகனத்தை நிறுத்தப் பயன்படும் வேகம் குறைக்கும் (Brake) அமைப்பு ஆகும். Break என்கிற சொல்லும் Brake என்கிற சொல்லும்பொருள் வேறுவேறாகப் பயன்படுத்தப்படுகிறது. அதனால் தான் உடைப்பது என்று சொல்வது போல... பூட்டை உடைப்பது என்று புரிந்துகொள்ள வாய்ப்பு உள்ளது. Anti Lock Braking System என்பதை Anti-Lock Breaking System என்று எழுதினால்... நாம் வாகனத்தை நிறுத்திவிட்டுப் போன பிறகு யாரும் உடைத்துத் திருடாமல் பார்த்துக் கொள்ளும் அமைப்பு என்று தோன்றும் சிலருக்கு. நம் நண்பர் ஒருவர் அப்படித்தான் நீண்ட நாட்கள் நினைத்துக் கொண்டு இருந்தாராம்.

இந்த சமயத்தில் கொஞ்சுண்டு... தத்துவத்தைத் தொட்டுக் கொள்வோம். இரமண மகரிஷி உடைய வசனாமிர்தம் என்று ஒரு புத்தகம். அதை முனகால வெங்கட ராமையா என்பவர் இரமண மகரிஷி பேசக் கேட்டு ஆங்கிலத்தில் எழுதியிருப்பதன் தமிழ் வடிவம். அதைத் தமிழாக்கம் செய்தவர் விஸ்வநாத சாமி. அதில் மூன்று பிரச்சனைகளைப் பற்றி சொல்லப்பட்டுள்ளது. யாருக்குப் பிரச்சினை என்று நீங்கள் கேட்கலாம். தவம் செய்யப் பழகுகின்றவர்களுக்கு என்று வைத்துக் கொள்ளுங்களேன். சீடர்களுக்கு மூன்று சிக்கல்கள் வரலாம். அவை அஞ்ஞானம், சந்தேகம், விபரீதம் என்பது ஆகும். அஞ்ஞானம் என்றால் ஞானம் மிஸ்ஸிங். தெரியாத விஷயம். படித்தால் தெரிந்துவிடும். சந்தேகம் என்பது தெளிவாக ஒரு பொருள் தெரியாத நிலை அதாவது சவான்னா புல்வெளிக்கும்... பிரெய்லி புல்வெளிக்கும்

உள்ள வேறுபாடு என்ன? என்று இனிமேல்தான் நாம் படிக்க உள்ளோம்... அது சந்தேகமான சூழ்நிலை. இதுவா அதுவா என தெரியவில்லை.

ஆனால் இந்த மூன்றாவதைப் பாருங்கள்...

5.4. படிப்பது தவமே

இதற்காகத்தான் ABS-ஐ பற்றிச் சொல்லும் போது... இரமணருக்கு அத்தியாவசியம் ஏற்பட்டது. அதாவது, விபரீதம் என்றால் ஒன்று மற்றொன்றாய்த் தெரிவது. பாம்பு கயிராகவோ... அல்லது கயிறு பாம்பாகவோ தெரிவது. ABS என்பது - நாகோயா நெறிமுறைகள் - என்பதன் கீழ் படிக்கப்பட வேண்டியதா? அல்லது ஆட்டோமொபைல் தொழில் நுட்பம் கீழே தெரிந்து கொள்ள வேண்டியதா ? என்பது சந்தேகம்ங்க.. ஆனால் ABS என்பது வண்டியின் பூட்டை உடைச்சு எடுத்துக் கொண்டு செல்லாமல் தடுப்பது... என்று நினைத்தால் அதுவே விபரீதம். தவம் அல்லது தியானத்தில் அமர்வது போன்ற காரணங்களுக்காக சொல்லப்பட்டிருந்த அஞ்ஞானம் சந்தேகம் விபரீதம் என்பன எவ்வளவு நன்றாக நமக்குப் பொருந்துகின்றது பாருங்கள். படிப்பதும் ஒரு தவம்தான். ABS-system இனிமேல் கட்டாயமாக வாகனங்களில் இருக்க வேண்டும் என்று சொல்வதால்... அது என்ன என்று தெரிந்துகொள்வோம். CBS-Combi Braking System என்பது இரு சக்கர வாகனங்களுக்கும் ABS என்பது நான்கு சக்கர வாகனங்களுக்கும் பொதுவாக பயன்படுத்தப்படுகின்றது.

வேகமாக செல்லும் கார்களில் திடீரென ப்ரேக் போட்டால் வண்டி கவிழ்ந்து விடாமல் இருக்க அந்த பிரேக் செயல்பாட்டை நான்கு சக்கரங்களுக்குள்ளும் ஒரே மாதிரியான அளவில் விட்டுவிட்டு விரைவாக செயல்பட வைப்பதே ABS ஆகும். இல்லாவிட்டால் பிரேக் திடீரென லாக் (Lock) அதாவது... சிக்கிக்கொண்டு வண்டியை திடுமெனக் கவிழ்த்துவிடும். அதைத் தவிர்ப்பது இந்த சிஸ்டம். ஒரு நிமிடத்தில் பதினைந்து முறை விட்டு விட்டு பிரேக் போட்டு நான்கு வண்டிச் சக்கரங்களில் உள்ள வேகத்தடைத் தட்டுகளையும் ஒரே சமயத்தில் இயக்குவதே இந்தத் தொழில் நுட்பமாகும்.

நாம் கொஅப்பன் வகைப்பாட்டுக்குத் திரும்புவோமாக. வெப்ப மண்டலப் பகுதியில் மூன்று வகை உண்டாம். அவை நடுமத்தியில் பூமத்தியரேகைப் பகுதியில் உள்ள அதிக மழைப்பொழிவு பெறுவது. இரண்டாவது இலையுதிர் காடுகளைக் கொண்ட மித மழைப் பகுதி மூன்றாவது முள் மரங்களும் புல்வெளியுமாக உள்ள சவான்னா பகுதி. இலையுதிர்க் காட்டுப் பகுதியில்தான் தமிழ்நாடு உள்ளது. இவற்றை பருவக்காற்றுச் சூழ்நிலை என்று கொஅப்பன் வகைப்படுத்துகிறார்.

அடுத்து வருகிற வறண்ட தட்பவெப்ப பகுதியில்தான் ஸ்டெப்பி புல்வெளிகள் காணப்படுகின்றன. ஸ்டெப்பி புல்வெளிகளில் மிதமானது முதல் குறைவான வெப்பநிலை காணப்படும். வருட சராசரி தட்பவெப்பம் 21 டிகிரி செல்ஸியஸ் ஆகும். அமெரிக்காவில் இந்த புல்வெளிகளை பிரெய்லி புல்வெளிகள் என்று சொல்கிறார்கள். இங்கே கோதுமை நன்றாக விளையுமாம். பாருங்க வீட்டுச் சப்பாத்தி வரை ஸ்டெப் பை ஸ்டெப்பா ஸ்டெப்பி புல்வெளி வந்துவிட்டது. இப்போ சப்பாத்தி பார்த்தோம்... பின்னாடி தலையிலிருந்து தழை என்கிற ஏழாம் பிரிவில்... உபதலைப்பு 7.5 ல் சப்பாத்திக் கள்ளியும் வர உள்ளது.

ஐரோப்பாவிலும் ஸ்டெப்பிப் புல்வெளிகள் காணப்படுகின்றன. ஸ்டெப்பி கிராஃப்... ஜெர்மனியைச் சேர்ந்தவர். ஜெர்மனி ஐரோப்பா தான். ஸ்டெப்பி ஐரோப்பாவே. இப்படி சில சமயங்களில் ஒலித் தொடர்புள்ள சொற்களைக் கொண்டு நாம் பதில்களையும் தகவல் களையும் தொடர்புபடுத்தி நினைவில் வைத்துக் கொள்ள வேண்டி இருக்கின்றது. இல்லாவிட்டால் திடீரென நமக்குப் பரீட்சை எழுதும் பொழுது சந்தேகம் வந்துவிடும். இப்படி சில சமயங்களில் பெரிய தவறுகள் நடந்துவிடும்.

எலக்ட்ரான் மைக்ரோஸ்கோப்புக்குப் பதில் மேக்னடிக் மைக்ரோஸ்கோப் குறித்து ஒரு நண்பர் பரீட்சையில் எழுதிவிட்டார் இன்னொரு சந்தர்ப்பத்தில் கொழுப்பில் கரைவதற்குப் பதில் நீரில் கரைகிற விட்டமின்கள் பற்றி மாற்றி எழுதியதும் உண்டு. இந்த இரண்டு தவறுகளைப் பற்றி வேறு ஒரு புத்தகத்தில் ஏற்கனவே விரிவாக எழுதியுள்ளோம்.

இந்தப் பிரிவு முடியும் முன்பு, பாண்டியன் சாரை பார்த்துவிடலாம்... என்று காத்திருந்த நண்பர்களுக்கு! நன்றி... அவர் வருகின்ற எக்ஸ்பிரஸ் இரெயில் சற்றே... சில பிரிவுகள் தள்ளி நம்மை நோக்கி வர உள்ளது... அடுத்த பிரிவில் நாம்... பார்க்க இருப்பது... "தலை" போகிற விசயம்ங்க... அப்படியா? அது என்ன?...

விரைவில்.

- ❖ குறிவெச்சு அடி! பார்க்காத கண்ணும் பார்க்கும்! தினம் ஒரு திருக்குறள் மாதிரி படிப்பிற்கு அப்பாற்பட்ட ஏதாவது ஒரு நல்ல கருத்தை, விஜசயத்தை, மேற்கோளை தினமும் கற்றுக் கொண்டு அதனை பயனுள்ளதாகப் பயன்படுத்த தாங்கள் உதவி செய்கின்றீர்கள்.

- ❖ குமுறாமல், விட்டெறியாமல் ஆசீர்வதித்து கொடுக்கும் "காசுத் தத்துவம்" ஆழமாக யோசிக்க வைத்து விட்டீர்கள்.

- ❖ ஆஹா... இப்பவே செடிகளோட தோழி ஆகிட்டேங்க அன்போடு... பயபக்தியா, பாசமுடன் தண்ணீர் ஊற்றுகிறேன் சார். (கோபிகாவிற்கு நன்றி)

- ❖ மொத்தத்தில் தாவரங்கள் மிக மெதுவான விலங்குகள் என்பதற்கு ஆதாரமாக பல செய்திகளை இணைச் செய்திகளாக இணையதளம் மூலம் அறிந்து கொள்ள முடிந்தது. அறிவியலோடு கூடிய உணர்வியலாக நினைக்கத் தோன்றுகிறது. நன்றி சார்.

பொ.வனிதா, சென்னை 11/03/2019

பிரிவு: 6
ச்சாய்ஸ் இல்லாமல் அடிப்போம்

6.1. முதன்மைக் கேள்விகள்

இவ்வளவு நாளும் நாம்... பிரிலிம்ஸ்... என்கிற முதனிலைத் தேர்வுக் கேள்விகளையே அலசிக்கொண்டு இருந்தோம்... அப்படித்தான் இந்தப் புத்தகம் முழுக்க நான்கு சாய்ஸ்கள் கொண்ட கேள்விகள் அதற்குரிய நான்கு திசையிலான பதில்கள் என்று படித்துப் பார்த்தோம். அதிலிருந்து ஒரு சின்னத் திருப்பம்.

நூற்றி ஐம்பது வார்த்தைகளில் பதில் எழுதுகிறமாதிரி கேள்விகள் கேட்கின்ற மெயின்ஸ் எனப்படுகின்ற முதன்மைத் தேர்வில் கேட்கப் படுகின்ற சில கேள்விகள் சுவாரஸ்யமாக இருந்தன. நாம் ஏன் அதையும் கொஞ்சம் அறிமுகப்படுத்திப் பேசக்கூடாது என்றுதான் அந்தக் கேள்விகளில் மூன்றை கீழே தருகின்றோம்...

பொது அறிவு - நான்காம் தாள் - பிரிவு A - வருடம்: 2017

கேள்வி எண்: 3

நற்குணங்கள் நிரம்பிய இளைஞர்கள் மற்றும் யுவதிகள் தீவிர அரசியலில் ஈடுபட முன்வருவதில்லை. அவர்களை அரசியலில் நுழைய ஊக்குவிக்கும் வழிகள் என்ன என்று ஆலோசனை கூறுக... *(150 சொற்கள் 10 மதிப்பெண்)*

கேள்வி 5 (b)

"ஒரு நாடு சீர்கேடு ஏதுமில்லாமல் அழகான மனதுகளின் தேசமாக இருக்க வேண்டுமானால், அதற்கு முக்கியமான பங்காற்ற வேண்டிய மூன்று சமூக அங்கத்தினர்கள் இவர்களே - தந்தை, தாய் மற்றும் ஆசிரியர்"

- டாக்டர். A.P.J. அப்துல்கலாம் -

இந்த மேற்கோளை, பகுப்பாய்வு செய்க *(150 வார்த்தைகள் 10 மதிப்பெண்கள்)*

கேள்வி 6 (a) உங்களால் உணர்வுசார் நுண்ணறிவை எவ்வாறு அலுவலக நிர்வாகப் பணிகளுக்குப் பயன்படுத்த முடியும். *(150 சொற்கள் 10 மதிப்பெண்கள்)*

கேள்வி 6: "தற்பொழுது இந்தியாவில் குருத்தணு சிகிச்சை (Stem Cell Therapy) கொஞ்சம் கொஞ்சமாகப் புகழ்பெற்று வருகின்றது. அது, இரத்தப் புற்று நோய் (Leukeimia), தாலசீமியா கண் பாதிப்புகள், தீப்புண்கள் போன்ற நோய்களையும் பாதிப்புக்களையும் சிறப்பாகக் குணப்படுத்த உதவும் சிகிச்சை அளிக்கிறது."

மேற்கண்ட சொற்றொடர்களில் கண்ட குருத்தணு சிகிச்சை என்றால் என்ன என்று சுருக்கமாகக் கூறுக. மற்ற சிகிச்சை முறைகளைக் காட்டிலும் இந்த குருத்தணு சிகிச்சை முறை எந்த வகைகளில் சிறந்தது? *(150 சொற்கள் 10 மதிப்பெண்கள்)*

இப்படியாக நான்கு கேள்விகளைப் பார்த்தோம். நான்கில் மூன்று கேள்விகள் நான்காவது பொது அறிவுத் தாளில் இருந்து கேட்கப் பட்டுள்ளது. இத்தாள் நற்பண்புகள் மற்றும் 'அறம்' குறித்த பாடத் திட்டம் குறித்தது ஆகும். ஆங்கிலத்தில் எதிக்ஸ் (ethics) என்று சொல்கின்ற கருத்தை தமிழிலே 'அறம்' என்று சொல்ல விரும்புகிறோம். மிகச் சரியான மொழிபெயர்ப்பு எது என்று தேட வேண்டும் அல்லது சங்கர சரவணன் அண்ணாச்சி சொல்வார். கூகுள், 'நெறிமுறைகள்' என்று சொல்கிறது.

6.2. ஒளிபரப்புக் குழு

இந்தத் தருணத்தில் இந்தப் புத்தகம் உருவான வழிமுறையை மீண்டும் ஒருமுறை நினைவுபடுத்தி சொல்வது மிகவும் பொருத்தமாக இருக்கும். முன்பு பகுதி 1.2. இல் கண்டோம். நண்பர் எம். சண்முகம், கேள்வி பதில் குறித்த, எப்படிப் படிக்க வேண்டும் என்பது குறித்த ஒரு புத்தகம் வேண்டும் என்று கேட்டார். வாட்ஸ் அப் என்கிற புலனம் மூலம் ஒரு நண்பர் குழு நாம் எழுதுவதைப் பகிர்ந்து படித்து ஊக்க உரைகள் தந்து வருகிறது. அப்படிப் பகிரும் குழுவில் சங்கர சரவணன் அண்ணாச்சியும் உள்ளார். அவரது ஆலோசனைகளையும் மொழிப் பயன்பாடு குறித்த மிகவும் அரிய பயனுள்ள தகவல்கள், திருத்தங்களையும் ஏற்றுக்கொண்டு இந்தப் புத்தகத்திலேயே பெட்டிச் செய்தியாக பகிர்ந்து கொண்டு உள்ளோம். அவற்றைப் படிக்கையில் புத்தகத்தை நன்றாக "பார்வைப்படுத்த" உதவுகின்றது. Visualization, என்கின்ற சொல்லை "பார்வைப்படுத்துதல்" என்று இங்கே தமிழாக்கி உள்ளோம். பின்னால் "படைப்பாக்கமும் பார்வையாக்கமும்" (Creative Visualisation) என்று ஒரு புத்தகத்தைப் பற்றிப் படிக்க உள்ளோம்.

அதில் "சுய யோசனை" எல்லாம் வர இருக்கிறது. அவற்றைத் தயாரிக்க, இந்தப் புத்தகத்தின் தயாரிப்பு முறை உதவும் என்று நம்புகிறோம்.

எழுதும்போது சொல்ல வேண்டி விரும்புவதை சொல்லிவிட்டு அது குறித்த பின்னூட்டங்களையும் அப்படியே அருகருகே பகிருவதால் பின்வரும் பலன்கள் விளையும்.

1. பெட்டிச் செய்திகள் ஒரு 'கருத்துச் சுருக்கமாக' எக்ஸிக்யூட்டிவ் சம்மரி (Executive summary) ஆகப் பயன்படும்.

2. பின்னூட்டங்களை முதலில் படித்தால் அது ஒரு 'சுவை தூண்டுனர்' அப்பட்டைஸர் (Appetiser) ஆகப் பயன்படும். அதன் மூலம், கட்டுரையை, புத்தகத்தின் பத்திகளை மீண்டும் படிக்கலாம் என்கின்ற விருப்பம் எழலாம். அப்படித்தான் புலன 'பிராட்காஸ்ட்' ஒளிபரப்பு (Broadcast) குழு நண்பர்கள் தெரிவித்தனர்.

3. அந்தப் பின்னூட்டங்கள் புத்தகத்தில் உள்ள கருத்துக்களை சரியான கோணத்தில் படிக்க உதவும். நமக்கு மட்டுந்தான் புரியலை போல இருக்கு! என்கின்ற எண்ணம் ஒரு சிறந்த கல்வி ஊக்கி. அது எழுத்தாளருக்கே, நாம எழுதுறதும் புரியுது போல இருக்கு! என்கின்ற தன்னம்பிக்கை ஊக்கத்தைக் கொடுத்தது என்றால் பார்த்துக் கொள்ளுங்களேன்.

4. இந்தப் பின்னூட்டங்கள் தேதிகள் மற்றும் எழுதியவர்களின் உண்மைப் பெயர் அல்லது புனைப் பெயருடன் இருப்பதால்... இது புத்தகத்திற்காக எழுதும்போதே பெறப்பட்ட 'அணிந்துரை' ஆக... அணி சேர்ப்பதாக அமையும்.

இப்படியாக நான்கு பலன்களை சொல்லி உள்ளோம். நண்பர்களே! உங்களுக்கு இதற்கு மேலும் பலன்கள் இருப்பதாகத் தோன்றக் கூடும். ஒரு கட்டத்திற்குப் பிறகு அப்போதே பெறப்பட்ட அணிந்துரை எழுதுகின்றவர்கள் எப்படி எழுத உள்ளார்கள் என்று அறிந்து கொள்வதற்காக வேண்டும். நிறையப் படித்து நிறைய எழுதுவதற்கு எல்லா நண்பர்களுடைய கடின உழைப்பும், நேர ஒதுக்கீடும், உற்சாகப்படுத்த வேண்டும் என்ற நல்லெண்ணமும் ஒரு மிக முக்கிய காரணமாக மாறி விட்டது. அதாவது பின்னூட்டங்களும் படைப்பின் ஒரு பகுதியாக மாறி உள்ளது. உதாரணமாக பாபர் கேள்விக்கு பதில் எழுதாமல் போய்விடாதே! என்ற சங்கர சரவணன் அண்ணனின் செல்லமான கண்டிப்புத்தான்... கட்டடக்கலையோடு நம்மைக் கட்டிப்புரள வைத்தது என்றால் மிகை ஆகாது. அதற்காக பின்னூட்டம் அளித்த எல்லா நல்ல உள்ளங்களுக்கும் இனிமேல் அளிக்க உள்ள

நேச நெஞ்சங்களுக்கும் அன்பார்ந்த நன்றியைத் தெரிவித்துக் கொள்கிறோம்.

கோவை ரகோத்தமன், சென்னை லதா, செங்கல்பட்டு உமா, சென்னை கயற்கண்ணி ஆகியோரும் ஒளிபரப்பு குழு மூலம் பின்னூட்டங்களைப் பகிர்ந்து கொண்டனர் என்று நன்றியுடன் தெரிவிக்கிறோம்.

6.3. இரத்தத்தின் இரத்தம்:-

சாய்ஸ் - உள்ள கேள்விகள் நன்றாக இருந்தன. சாய்ஸ் இல்லாத கேள்விகளுக்கு சாய்ஸில் விடவும் வாய்ப்பில்லாமல் கேட்கப்பட்டு இருந்தன. அறம் என்கிற பாடத்திட்டத்தில் கொஞ்ச நாட்கள் சில பயிற்சி மையங்களில் வகுப்பு எடுத்தோம். அந்த வகையிலே... பார்த்தோமேயானால்... அப்பா, அம்மா, ஆசிரியர் இவர்களின் சிறப்புகள் உட்பட அரசியலில் ஈடுபடுவதற்கான ஆலோசனைகள் வரை இந்தக் கேள்விகள் மிகமிகப் பொதுவானவையே. அலுவலராக இருந்துகொண்டு அரசியல் குறித்து எழுதுவது இதற்குமேல் ஆகாது என பேனா தயங்குவதால் ஆதார செல்கள் நோக்கிய பயணம் தொடங்குகிறது.

குருத்தணுக்கள் என்று கூகுள் சொல்லிய ஸ்டெம் செல்கள் ஆதார செல்கள் என்று அண்ணன் திருத்தியதால் இனி அப்படியே தொடரப் போகின்றன. ஆதார செல்கள் என்பது கரு உருவாகும் பொழுது பல்வேறு செல்களாகப் பிரிந்து உருவாகும் வாய்ப்புள்ள செல்களாகும். அம்மாவின் ஒரு பாதி செல்லும், தந்தையின் ஒரு பாதி செல்லும் இணைகையில் உருவாகும் ஒரு செல்லே கரு செல். அது இரண்டாகி இரண்டு நான்காவது மைட்டாஸிஸ்... என்னும் செல்பிரிவு.

இப்படிப்பட்ட நான்கு செல்களில் இருந்துதான் எலும்பு செல், இதய செல், வயிறு செல், மூளை செல், தோல் செல், தோள் செல் என்று பலவகை செல்கள் உருவாக வேண்டும். கண் காது செல்லும் பல்லும் அப்படியே. இப்படியே சொல்லிக்கொண்டே செல்லலாம். அப்படிப்பட்ட ஆரம்ப நிலை செல்களை ஆதார செல் என்கிறோம். அவை எலும்பு மஜ்ஜையிலும் காணப்படுகின்றன. வளர்ந்தவர்களின் குருத்து எலும்பு எனலாம். எனவே குருத்தணு என்று இணையதளம் சொல்கிறது. எலும்பின் நடுவில் உள்ள, அதாவது மேல்கை, தொடை போன்ற வலுவான நீளமான எலும்புகளின் நடு மையப் பகுதியில் காணப்படும் எலும்பு மஜ்ஜையில் இருந்துதான் இரத்த செல்களான சிவப்பு அணு, வெள்ளை அணு போன்றவை உருவாகி வருகின்றன என்று நீங்களும் படித்திருக்கலாம். அந்த இடத்திலும் ஆதார செல்கள் கிடைக்கின்றன.

கரு உருவாகி குழந்தை பிறக்கும் பொழுது தாய்சேய் ரத்தம் அதாவது உதிரத்தில் இருந்தும் இந்த ஆதார செல்கள் பிரித்தெடுக்கப்படுகின்றன. சில சமயம் எதிர்பாராமல் கலைகின்ற கருக்களில் கூட ஆதார செல்களை மருத்துவமனைகள் எடுத்து சேமித்து வைக்கலாம். நாம் ஆதார செல்களை சேமித்து வைத்திருந்தால் எதிர்காலத்தில் எதாவது செல் வேலை செய்யாமல் போனால் அந்த ஆதார செல்லை வளர்த்து ஒரு கிட்னியாகவோ அல்லது உடைந்த எலும்பாகவோ மாற்றி பயன்படுத்த முடியும்.

இப்போதைக்கு தீப்புண்ணில் எரிந்து போன தோலை புதுப்பிக்கிறார்கள். இரத்தப்புற்று செல்களை மாற்றுகிறார்கள் கேட்கும்பொழுது ஆச்சரியமாக இருக்கலாம். எழுதும்பொழுதே சொற்கள் வியந்து போகின்றன.

இவ்வளவு தூரம் சொல்லிவிட்டு எதிக்கல் டம்பிங் பற்றியும் சொல்லிவிடப்பா! எதிர்காலத்தில் கேள்வி கேட்க வாய்ப்பு இருக்கிறது என்று சொல்கிறது உள்மனசு. எக்கனாமிஸ்ட் என்கின்ற ஆங்கிலப் பத்திரிகையில் படித்த கட்டுரையின் தகவல்களை அடிப்படையாகக் கொண்ட செய்தி உங்களுக்காக தெளிவான தமிழில் இதோ!

6.4. எத்திக்கல் டம்பிங்

சட்டத்தை மீறுவது அறமாகாது. அறமே எத்திக்ஸ் ஆகும். தன்னுடைய நாட்டில் அதிகமாக உள்ள பொருளை மற்றொரு நாட்டில் அங்குள்ள அப்பொருளுக்கான விலையை விடக் குறைத்து விற்பதை 'பொருளாதார குவிப்பு'- economic dumping. என்று சொல்கிறோம். சீனா பொம்மைகளைச் சொல்லலாம். சீன எலக்ட்ரானிக் பொருட்களையும் சொல்லலாம். அதைப் போலவே! தன் நாட்டில் தடை செய்யப்பட்டுள்ள ஒரு ஆராய்ச்சியை... அவ்வளவாக சட்டதிட்ட கெடுபிடியில்லாத ஒரு தேசத்தில் செய்வது எத்திக்கல் டம்பிங் ஆகும். கீழே காணும் உதாரணம் சொன்னால்... நமக்கு... குப் என வேர்த்து சட் எனப் புரியும்!

செர்ஜியோ கனாவெரோ (Sergio Canavero) என்பவர் இத்தாலியைச் சேர்ந்த நியூரோசர்ஜன், நரம்பியல் சூப்பர் ஸ்பெஷாலிட்டி அறுவைச் சிகிச்சை மன்னர். அவர் சமீபத்தில் பலத்த கண்டனத்திற்கு ஆளானார்.

நீங்கள் எதற்கு என்று கேட்கலாம்...

வேறு எதற்கு...

அவரது அதி உன்னத ஆராய்ச்சிக்குத்தான்?

அப்படி என்னங்க அவர் ஆராய்ச்சி செஞ்சிட்டாரு!

சொல்றேங்க.

அதுக்கும் முன்னாடி... நாம் பார்த்த நான்கு கேள்விகளில் ஒவ்வொன்றுக்கும் விடையளிக்க அத்தியாவசிய அவசியம் இல்லை. என்பதனை தாங்கள் அன்போடு ஒப்புக்கொண்டு இருப்பீர்கள். உணர்வு சார் நுண்ணறிவு - Emotional Intelligence குறித்து தனியே விரிவானதொரு கட்டுரையை முன்பே 2016 விகடன் இயர் புக்கில் எழுதி இருக்கிறோம். உணர்வுப்பூர்வமாக செய்கின்ற செயல்கள் நெஞ்சில் நீங்கா இடம் பெறுகின்றன. அதனால்தான் இந்தப் புத்தகத்தில் படிப்பதைப் பகுப்பாய்வு செய்து மனதிற்குப் பிடித்த மாதிரி படிக்கக் கற்றுக் கொடுக்க முயற்சி செய்துகொண்டு உள்ளோம்.

6.5. தலையாய விஷயம்

செர்ஜியோ கனாவெரோ... மனித தலைகளை மாற்றிப்பொருத்தும் அறுவைச் சிகிச்சையில்தான் ஆர்வம் காட்டி ஆராய்ச்சி செய்துவந்தார் என்று எக்கனாமிஸ்டில் எங்கோ எத்திக்கல் டம்பிங் என்று கொடுக்கப்பட்டுள்ள கட்டுரைக்கு உள்ளே சொல்லப்பட்டிருந்த மாதிரி, போகிற போக்கில் சொல்லாமல் மேலே கொஞ்ச நேரம் முன்பு... பில்ட் அப் கொடுத்து... சஸ்பென்ஸ் வைத்து... ஒரு கேள்வியை வைத்து... பின்னர் மற்ற விஷயங்களைப் பேசிவிட்டு இப்படி பதில் சொல்லாமல் சொல்வதெல்லாம்... படிப்பவர்களது எமோஷனல் எதிர்பார்ப்புகளைக் கவரும் படைப்பு உத்தியே ஆகும். பரீட்சையில் பதில் எழுதும் பொழுது இப்படி சுத்தி வளைக்கக் கூடாது... எக்ஸாமினரை சோதித்து விடக்கூடாது.

தலைபோகிற விஷயத்தை சர்வ சாதாரணமாக சொல்லிவிட்டீர்களே! என்று நீங்கள் கேட்கலாம். நாய்கள் மற்றும் பன்றிகளில் இந்த அறுவைச் சிகிச்சைகளை செய்துவிட்டு... இவர் மனிதர்களில் முயற்சி செய்ய ஐரோப்பிய நாடுகளில் உள்ள சட்டம் அனுமதிக்காத காரணத்தால்... எந்த ஊரில் சட்டம் வலுவாக இல்லையோ? அங்கே சென்று தன் ஆராய்ச்சியைத் தொடரலாம் என்று நினைத்ததுதான் ‘எத்திகல் டம்பிங்’ தன்வீட்டுக் குப்பையை... பக்கத்து வீட்டில் கொட்டுவதை பொதுவாக ‘டம்பிங்’ என்று சொல்வார்கள்.

இதே மாதிரி...ஹி ஜியன் குய்... (He Jian kui) என்ன செய்தார் தெரியுங்களா?

என்று கேட்ட போது தீபிகா!

ஐய்யோ! போதும்பா! ஒரு மாதிரி இருக்கு என்றாள்... தலையைப் பிடித்துக் கொண்டாள்... நமக்கே தலை சுற்றுகிறமாதிரி இருக்கலாம். இருந்தாலும் நாட்டு நடப்புத்தானே! லைட்டாகத் தெரிந்து கொண்டு விட்டு பழையபடி... தாவரங்கள் பற்றித் தெரிந்து கொள்ளப் போய் விடலாம்.

'குய்' செய்தது கருவில் வளரும் ஒரு குழந்தையின் மரபணுவில் ஜீன் எடிட்டிங் செய்து அதற்கு எய்ட்ஸ் வராமல் தடுக்கும் வண்ணம் எய்ட்ஸ் வைரஸோடு சேருகிற புரதம் ஒன்றை உருவாகாமல் தடுத்தது தான்.

ஐய்... இது நல்லாத்தானே இருக்கு! - தீபிகா

வியாதி வராம தடுத்ததுதான் அவர் செஞ்சது... அப்படித்தானே சொல்றீங்க... என்றாள் தீபிகா!

குய் கூட அப்படித்தான் நினைத்திருக்க வேண்டும்ங்க. அவர் பாட்டுக்கு 'சீன' பத்திரிகையாளர்களை அழைத்து பெருமிதமாக அவர் அறிவிப்புக் கொடுத்தார். அவ்வளவுதான்...

அதன் பிறகு அவர் எங்கே போனார் என்றே தெரியவில்லை. வீட்டுக் காவலில் உள்ளார் என்று செய்திகள். இது எப்படி எத்திக்கல் டம்பிங் என்று கேட்கிறீர்களா? அமெரிக்க மருத்துவ அறிவியலறிஞர் ஒருவர் 'குய்' உடன் சேர்ந்து இந்த கரு ஜீன் எடிட்டிங் குறித்த வேலை களைச் செய்திருக்கிறார். அமெரிக்காவில் இப்படிச் செய்தால் அது ஃபெடரல் அஃபென்ஸ் Federal offence என்னும் மாபெரும் குற்றம். ஒரு இலட்சம் டாலர் அபராதம் ஓராண்டு சிறை தண்டனை... அதனால் இது சீனாவில் நடத்தப்பட்டு உள்ளது... எப்படி குப்பை கொட்டறாங்க பாருங்க எத்திக்கல் டம்பீபிங்...

அறிவியல் வளர்ச்சி / ஆராய்ச்சியைத் தடுக்க முடியுங்களா?

அது தப்பில்லையா?

அதுக்கு ஒரு எல்லையில்லையா?

நடக்கத்தானே செய்யும்?

விபரீதமான விளைவுகள் வருமோ?

மரபு மாற்றப்பட்ட மனிதர்களையும் செயற்கைக் குழந்தைகளையும் எதிர்காலம் தாங்குமா?

அவ்வளவு ஏன் இன்னார் தலையை இன்னார் தலையால் மாற்றி வைத்தால் என்னவாகும்? இப்படியெல்லாம் சிந்தனை சிறகடிக்கலாம். நிற்க. நாம் சிவில் சர்வீஸிற்குத்தானே படிக்க வேண்டும்?

CCR 5 என்பதுதான் மனித செல்களில் எயிட்ஸ் வைரஸ் விரும்பிச் சேருவதாகக் குறிப்பிடப்பட்டுள்ள புரதத்தின் பெயர். CRISPR-Cas9 என்கிற Clustered Regularly Interspaced Short Palindromic Repeats சொற்கள் இதில் முக்கியம். CRISPR என்றால் டி.என்.ஏ.க்களில் திரும்பத் திரும்ப வருகின்ற பல நியுக்ளியோடைடு அணிவகுப்பு...

Cas 9 என்பது மூலக்கூறு கத்தரிக்கோல். இதை வச்சுத்தான் ஜீனை வெட்டி ஒட்டினார் குய். அதுக்கு வழிகாட்டினார் அமெரிக்க விஞ்ஞானி மைக்கேல் டீம் (Michael Deem) என்று விசாரணை நடக்கிறது.

ஆக... இது போன்ற நுணுக்கமான ஆராய்ச்சிகளை செய்வதா? வேண்டாமா? என்கின்ற ச்சாய்ஸ் கொடுக்கலாமா? வேண்டாமா?

என்பது ஒரு எத்திக்கல் கேள்வி... (ethical question)

டிசம்பர் மாசம் 2018 இல் இருந்து 'குய்' ஐ காணோம் என்பது உலகச் செய்தி... சாய்ஸ் கொடுக்கலாமா? என்கின்ற நமது சாய்ஸ் இல்லாமல் அடிப்போம்! என்கிற தலைப்புக்கு பொருந்துமாறு இந்தக் கட்டுரையும் அமைந்துவிட்டது. CRISP - R / Cas 9 என்று சொன்னால் கூகுளில் DNA -Knock out DNA வை அடித்து விடுதல் என்று வருகிறது? என்ன இது... அரசியல் பற்றி கேள்வியைக் கேட்டுவிட்டு 'அறக் கொட்டுதல்' அதாவது எத்திக்கல் டம்பிங் பற்றிப் பேசி இருக்கின்றோமே! என்று நீங்கள் நினைக்கலாம். ஒன்றைப் படிக்கும் பொழுது ஒன்று படித்தல்தான் இயற்கை. அதை எடிட் செய்து சரியான கேள்விக்கு முறையான வகையில் பதிலாக படைத்தளிப்பது நம்ம சாய்ஸ் எனவே ச்சாய்ஸ் இல்லாமலும் அடிப்போம். அடுத்து தாவரவியலுக்குத் தாவுவோம்...

வாசமில்லா மலரிது...

வசந்தத்தைத் தேடுது...

என்கிற பாடலை நீங்கள் கேட்டிருக்கலாம்.

மல்லிகை போன்ற மலர்கள்... அவைகளின்

அற்புதமான வாசனையால் புகழ் பெற்றவை...

வாசமில்லாத மலர் குறித்த கேள்வியும் யு.பி.எஸ்ஸி யில் வந்துள்ளது?

அது என்ன மலர்...

வாருங்கள் போவோம்... பிரிவு 7...

தம்பி வணக்கம்,

நல்ல முயற்சி. தொடர்க. மனம் என்பதன் பன்மை மனங்கள். மனதுகள் அல்ல. Stem cell therapy என்பதற்கான பாடநூல் கலைச்சொல் ஆதார செல் சிகிச்சை. அரசியலுக்கு முன்வருவதில்லை என்பதை அரசியலில் ஈடுபட முன்வருவதில்லை என்று திருத்தம் செய்க..

உன் எழுத்தில் வடசொற்கள் சற்று மிகுதியாக உள்ளன. வடசொற்களை முற்றிலும் தவிர்த்து எழுத வேண்டும் என்ற நிலைப்பாடு தனித்தமிழ் கொள்கையினருக்கு உண்டு. அவர்கள் வணக்கத்துக்குரியவர்கள். ஆனால், நம் போன்றோர் எழுதும் அறிவுத்தமிழ் - அறிவியல் தமிழ் கட்டுரைகளில் பொதுத்தமிழையே பின்பற்ற இயலும். தொல்காப்பியரே அதற்கு அனுமதி தந்துள்ளார். இருப்பினும் வடசொல் பயன்பாட்டை குறைக்க முயற்சி செய்யலாம்.

திருக்குறளில் சுமார் 9000 சொற்கள் பயன்படுத்தப்பட்டுள்ள போதிலும் 30-க்கும் குறைவானவையே வட சொற்கள்.

மொழிநடை மீது அதிகம் கவனம் செலுத்தினால் எழுதுவதையே நிறுத்திவிடக்கூடிய அபாயம் உண்டு என்று சுஜாதா எச்சரித்துள்ளார். எனவே, உன் கவனம் எழுத்திலேயே இருக்கட்டும்.

நான் ஒரு மொழி பயிற்றுநர் என்பதால் இது போன்ற கருத்துக்களை உன் போன்ற எழுத்தாளர்களுடன் பகிர்வது என் கடமை.

உன் கட்டுரையிலே உள்ள சில வடசொற்கள் மற்றும் அவற்றுக்கு இணையான தமிழ்ச்சொற்களைப் பகிர்கிறேன். வேண்டுமெனில் மாற்றிக் கொள்க. வேண்டாமெனில் விட்டுவிடலாம். The writer has that right.

யுவதி என்ற சொல்லுக்குப் பொருத்தமான மாற்றுச்சொல்லைத் தனித்தமிழில் காண்டல் அரிது. அங்கத்தினர் என்பதை உறுப்பினர் எனலாம். ஆலோசனை கூறுக என்பதை மூலக் கேள்வியில் உள்ள ஆங்கிலச் சொல்லுக்கு ஏற்ப அறிவுறுத்துக என்றோ கருத்துரைக்க என்றோ எழுதலாம்.

நான் இவற்றை எல்லாம் எழுதக் காரணங்கள் இரண்டு. ஒன்று - இன்று நான் ஏதேனும் எழுத வேண்டும். இரண்டாவது ஒரு தமிழ்ப்பயிற்றுநராக நான் பணி செய்து உன் எழுத்தை ஊக்குவிக்க வேண்டும்.

That's all

All the Best

வைகறை வாசகன் சங்கர சரவணன் 8.3.19

❖ எத்திக்கல் டம்பிங்... ஷீன் எடிட்டிங்... ஆதாரசெல் என தமிழில் டப் செய்யப்பட்ட ஆங்கில திரைப்படம் பார்க்கிறோமோ என்ற எண்ணம் கொண்டு... பின் ஆதாரங்களின் அடிப்படையில் அறிவியலின் சாத்தியங்களை அட்சரங்களாக்கியுள்ள ஆசிரியருக்கு பாராட்டுக்கள் பல.

லதா, சென்னை 10/3/19

பிரிவு: 7
செடி வைத்தும் அடி!

7.1. தலை டு தழை

தலைப்பைப் பார்த்திருப்பீங்க! ஸ்டிரிக்ட்லி பாட்டனிதான் இந்த அத்தியாயத்தில்... அப்படித்தான் போன சேப்டர் ஆரம்பிச்சோம். படிக்கும் பொழுது இப்படி சில நேரங்களில் ஆழமாகப் போவது வழக்கம்தான். தலையையே மாற்றி அறுவைச் சிகிச்சை செய்வது எல்லாம் கொஞ்சம் திடுக்கிட வைக்கிறது. தலையில் இருந்து தழைக்கு வந்திருக்கிறோம். தாவரவியல் பாடத்தில் ஒரு கேள்வி வருவதற்கு வாய்ப்பு இருக்கிறது. முன்பு ஒரு சீனியர் பார்த்த இடத்தில் இருந்து வந்த கேள்வி ஃபைட்டோட்ரான் ஆகும். 2001இல் கேட்கப்பட்ட ஒரு கேள்வியைப் பாருங்கள்.

Q. 121 எப்பிஃபைட்ஸ் என்னும் தாவர வகையைச் சேர்ந்த தாவரங்கள் கீழ்க்கண்டுள்ளவற்றில் எந்தக் காரணத்திற்காக பிற தாவரங்களைச் சார்ந்து உள்ளன?

(a) உணவு

(b) தாங்கிப் பிடித்தல் (Mechanical Support)

(c) நிழல்

(d) நீர்

இந்தக் கேள்வியைப் படித்த பொழுது சிரிப்பு வந்தது?... சிவில் சர்வீஸஸ் தேர்வில் சிரிப்பா? என்று நீங்கள் கேட்கலாம். அது பதினெட்டு வருடங்களுக்கு முன்பு முதன் முதலில் பார்த்து... பதில் தெரியாமல் (a) என்று தவறான விடையை எழுதிவிட்டு வந்த பொழுது வரவில்லை...

7.2. தமிழ்ப்பால்

இப்பொழுது மெக்கானிக்கல் சப்போர்ட்டை, இயந்திரவியல் ஆதரவு என்று மொழிபெயர்க்கலாமா? என்று யோசித்த பொழுது வந்தது. தாய்மொழிக்கு பிற மொழியில் இருந்து பொருளை

மொழிபெயர்த்தாலே பல செய்திகள் மனதில் பதிந்து போய் விடுகின்றன. அந்த வகையிலே... படிக்கும்பொழுது பள்ளி இறுதி வகுப்பு வரை தமிழ் வழியில் படித்ததால்... அஸ்த்திவாரம்... (அடித்தளம் என்று எழுதுப்பா என்று அண்ணாச்சி சொல்வது மனசில் கேட்கின்றது) தமிழில் அமைந்து இருப்பதால் ஆங்கிலமொழியில் படிக்கும்பொழுது சட்டென தமிழில் இணையான சொற்கள் ஓடிவந்து உதவி செய்கின்றன. பலவீனம் என்று பலபேரால் கருதப்படும் தமிழ் வழிப்படிப்பை,

தாய்ப்பால் ஆரோக்கியத்திற்கு ஆதாரம்!

தமிழ்ப்பால் அறிவுப்பசிக்கு ஆதாரம்!

என்று கவிதை நடையிலே இந்த 'தாங்கிப் பிடிக்கும்' மொழிபெயர்ப்பு கொண்டு... அறிந்துகொண்டு கொண்டாடலாம்.

இந்தக் கேள்வியைப் படிக்கும் பொழுது சொல்ல நேர்ந்திருந்தாலும் ஆங்கிலத்தைத் தமிழில் மொழி பெயர்த்துப் படிக்கும்பொழுது அது மனதில் பதிகிற சுகத்தை இதற்கு மேல் சிலாகித்து (வடமொழி மறுபடி... அண்ணா) பாராட்டிச் சொல்ல முடியாது என்னும் அளவு சொல்லத் தோன்றுகிறது.

முதனிலைத் தேர்வைக் கிளீயர் செய்வதற்கு பாட்டணியும், சுவாலஜியும் மட்டுமே போதாது... வரலாறு முதற்கொண்டு சகலமும் தேவைதான்... போகப்போக ஒவ்வொரு பாடத்திலும் பொதுவான புரிதல் எப்படி வருகின்றது என்று சொல்லிவிடுவோம். இப்போ தாவரவியல் ஷியோஃபைட் என்றால் நிழலை நேசிக்கும் தாவரங்கள். பேரசைட்டிக் ப்ளேன்ட் என்றால் ஒட்டுண்ணித் தாவரங்கள். ஆட்டோட்ரோப் என்றால் தாமே உணவு தயாரிப்பவை, ஹெட்டிரோஃட் ரோஃப் என்றால் பிற தாவரங்களிடம் இருந்து உணவைப் பெற்று வாழ்பவை. Sciophytes, Parasitic Plants, Autotroph, Heterotroph இப்படி ஒவ்வொன்றாகப் படித்துத்தெரிந்ததும்...

epi என்றால் வெளியே... பைட்ஸ் என்றால் செடி இப்படி வெளியே ஒட்டி வாழ்கின்ற செடிகளை, அவை தாம் படரும் தாவரங்களுக்கு எந்தத் தீங்கும் விளைவிக்காமல் எந்த சிரமத்தையும் கொடுக்காமல்... தாங்கிப் பிடிக்கும் உதவியை மட்டுமே பெற்று வாழ்வதால் அவற்றை எபிஃபைட்ஸ் என்று சொல்கிறோமாம். சரியான விடை (b) தாங்கிப் பிடித்தல் என்று பரீட்சை முடிந்த பிறகு தெரிந்து கொண்டோம்.

7.3. சந்தனக் காற்றே

“மற்றவர்களுடைய தவறுகளில் இருந்து நான் கற்றுக்கொள்கிறேன்! ஏனென்றால் ஆண்டவன் எனக்கு நீளமான வாழ்காலத்தைக்

கொடுக்கவில்லை!" என்று ஒரு பொன்மொழி உண்டு. ஆகவே நண்பர்களே! கற்றுக் கொள்வதற்கு... இன்னொரு நல்லவழி! அந்தத் துறையில் நிபுணத்துவம் பெற்று விளங்குபவர்களுடைய அல்லது இதற்கு முன்பு வென்றவர்களுடைய அனுபவங்களைக் கேட்டு அவர்களை இடறிவிட்ட தடைக்கற்களை! நமக்கு இடம்கொடுக்கின்ற இதம்கொடுக்கின்ற படிக்கற்களாகப் பயன்படுத்துவதுதான்! அந்த நினைவுகள் எபிஃபைட்டுகளைத் தாங்குவது போல்... உங்கள் அறிவைத் தாங்கிப் பிடிக்கும்.

சந்தனத்தில் நல்ல வாசம் எடுத்து
என்னைத் தடவிக்கொண்டோடுது... தென்னங்காத்து!

என்கின்ற நடிகையர் திலகம் நடித்து இயக்கித் தயாரித்த பிராப்தம் என்ற 1971 இல் வெளிவந்து கண்ணதாசனின் சொற்களால் மனதில் நீங்கா இடம் பெற்ற வரிகளை இப்பொழுது எதற்காக... எழுதுகிறோம் என்று தோன்றும்...

இந்தப் பாடலில் சந்தன மரம் வருகிறதே, இதைக் கொண்டு, நம் கேள்வியில் உள்ள முதல் வாய்ப்பு மற்றும் நான்காம் வாய்ப்புக்கு உள்ள வித்தியாசம் விளக்கப்பெறும், தெரியுங்களா?

எப்படி என்கிறீர்களா?

சந்தன மரம் ஒரு ஒட்டுண்ணிங்க.

என்னது!?

அற்புதமான வாசம் வீசி நம்மை மகிழ்விக்கும் சந்தன மரம் காக்கை கூட்டிலே முட்டையிடும் கானக் குரலரசி குயில் போல... ஒட்டுண்ணி மரமா? என்று நீங்கள் கேட்டாலும் அது அறிவியல் உண்மையே!

ஒட்டுண்ணி என்று ஆனபிறகு ஏன் உணவு (food) தனி நீர் தனி (Water Choice) என தனித்தனியாகக் கொடுத்திருக்கிறார்கள் என்ற கேள்வி தோன்றியது. யு.பி.எஸ்.ஸி கேள்விகளை நம்பி ஆராய்ச்சி செய்யலாங்க. அதில் ஆச்சரியங்களுக்குக் குறைவே இருக்காது.

பச்சையம் என்கிற குளோரோஃபில் இல்லாத ஒட்டுண்ணிகள் தமக்கான உணவையும் நீரையும் நமது விருந்தோம்பி (Host) தாவரத்திடமிருந்து எடுத்துக் கொள்கின்றன. ஆனால் பச்சையம் இருக்கின்ற தாவரம்... ஆன சந்தனம் என்ன செய்கிறது?

அதானே சந்தன மரத்தைப் பார்த்திருக்கிறோம் அது பச்சை இலைகள் கொண்டுதானே இருக்கிறது? என்று நீங்கள் கூறுவது கேட்கிறது.

சந்தனம் ஆரம்ப காலங்களில் வேர்களை தனது அருகே இருக்கின்ற தாவர வேர்கள் மீது செலுத்தி அதிலிருந்து நீரை மட்டும் உறிஞ்சும் (d) வகை தாவரம் ஆகும். இராஃபிளெஸியா (RAFFLESIA) என்று அழைக்கப்படும் உலகின் மிகப்பெரிய பூ உடைய தாவரம் உணவையும் நீரையும் எடுத்து வாழும் ஒட்டுண்ணிச் செடியாகும்.

ஆனால் என்ன?

அந்தப் பூ 'பிண வாடை' அடிக்கும் மலராகும். உலகின் மிகப்பெரிய பூ என்று ஆசைப்பட்டு நாம் வளர்த்துவிட விரும்பிவிடப் போகின்றோம். இப்படிப்பட்ட சந்தனத்தை ஹெமிபாரசைட் (பாதி - hemi - ஒட்டுண்ணி) என்றும் இராஃபிளெஸியாவை ஹோலோ பேரசைட் (holoparasite) என்றும் அழைக்கின்றார்கள்.

7.4. வாசமில்லா மலரிது:-

சென்ற பிரிவின் முடிவில் சொன்ன கேள்வி பற்றி இப்பொழுது பார்க்கலாம். பாருங்கள் பாட்டுப்பாடிக்கொண்டே செடிகளை எப்படிப் படித்துவிட முடிகின்றது... இதுவரை வாசனை உள்ள விஷயங்களைப் பற்றிப் படித்தோம்... இனி

வாசமில்லா மலர்... இது...

வசந்தத்தைத் தேடுது

வைகையிலா மதுரையிது

மீனாட்சியைத் தேடுது

என்ற வசந்தமான

பாடல்... ஒரு தலை ராகம் படத்தில் வருகிறது... அப்படிப்பட்ட வாசமில்லா மலரான காகிதப் பூப்பற்றிய கேள்வி... 2002ஆம் வருட ஐ.ஏ.எஸ். தேர்வில் வந்துள்ளது. இந்தக் காகிதப் பூச்செடி எங்கள் வீட்டு வாசலில் கிட்டத்தட்ட முப்பது வருடமாய் இருக்கிறது... கேள்வி அங்கே அழைத்துச் சென்றது... கேள்வியைப் பார்ப்போமோ?

இது இரண்டாயிரத்து இரண்டாம் வருட A Series தாளில் கேள்வி எண் *32*

பின்வரும் தாவரங்களில்...

1. போஹன்வில்லா (Bougainvillea)
2. கார்னேஷன்ஸ் (Carnations)
3. கோக்கோ (Cocoa)
4. திராட்சை

எவை பதியம் போடும் முறை மூலம் பரவி வளர்க்கப்படுபவை

(a) 1 மற்றும் 2
(b) 2,3 மற்றும் 4
(c) 1,3 மற்றும் 4
(d) 1,2,3 மற்றும் 4

மேற்கண்ட கேள்வியில் போகன்வில்லா என்றால் காகிதப்பூ என்று தெரியும். கார்னேஷனை தமிழில் என்ன என்று சொல்வது! அதற்கான தமிழ் அர்த்தம் தேடும் மிரட்சி, குறைக்கிற... அல்ஷேஷன் நாயைப் பார்த்தது போல் கலவரமானது... பூச்செடியைப் பார்த்து பயப்பட்டது இந்தத் தருணமாகத்தான் இருக்கும். வள்ளுவர் வாசமில்லா மலர்களோடு கற்றதைத் தெளிவாக மற்றவர்க்கு விளக்க முடியாதவர்களை ஒப்பிட்டிருப்பது 650 ஆம் குறளில் வருகிறது. அதுவும் நினைவில் வந்து போனது. திராட்சையைத் தவிர மற்ற செடிகள் யாருக்கேனும் புதிதாய்த் தெரியலாம். திராட்சையில் விதை இருந்தாலும் தண்டை வெட்டி வைத்தாலும் வளரும் அப்படித்தான் வளர்க்கிறார்கள் போல...

தாவரவியலின் தந்தை யாரென்று தெரியுங்களா?
இதை ஏன் இப்போ கேட்கவேண்டும்?
சம்பந்தம் இருக்கிறதுங்க...

ஆழ்ந்து பார்க்கப் போனால் தசாவதாரம் படத்தில் வந்த கேயோஸ் தியரி (Chaos Theory) சொல்வது போல உலகில் சம்பந்தம் இல்லாத விஷயங்களே ஏதுமில்லை. Butterfly effect - பட்டாம்பூச்சி விளைவு என்கிற சொல்லும் அதைத்தான் குறிக்கிறது. பூக்களைப் பற்றிப் படிக்கையில் வண்ணத்துப் பூச்சி வராமலா இருக்கும். இதைப் பற்றி அதே பெயரில் Butterfly Effect என்று ஒரு ஆங்கில சினிமா வந்திருக்கிறது. நமது கட்டுரையும் வேறொன்று இருக்கிறது. அதனால்... நமது குறி வெச்சு அடி! புத்தகம் மிகவும் தொடர்புடைய செய்திகளால்தான் நெசவு செய்யப்பட்டுள்ளது. தொடர்பில்லாத தொடர்பைப் பற்றி தொடர்ந்து செல்லும் பொழுது பார்ப்போம்.

தாவரவியலின் தந்தை பெயர் தியோபிரஸ்டஸ். இவர் (C.371-C287BC) அரிஸ்டாட்டில் காலத்தில் வாழ்ந்தவர்- இவர் தான் கார்னேஷனுக்கு Dianthus என்று இனப்பெயர் வச்சிருக்கார். (தொடர்புக்கு வந்துவிட்டோமா) Dios என்றால் தெய்வீகமான என்று கிரேக்க மொழியில் பெயர். ஏந்தஸ் என்றால் பூ... தெய்வீகப் பூதான் போங்கள்.

7.5. தொட்டுவிட தொட்டு விட தொடரும்:-

இப்படி ஒவ்வொரு மலராக... செடியாக இப்பொழுதுதான் முகர்ந்து பார்த்து... அதாவது படித்து... கொடுக்கப்பட்டுள்ள நான்கு வகை செடிகளுமே இப்படி பதியம் போட்டு அதாவது தண்டு மூலம் தான் பரவி வருகின்றன என்பதைத் தெரிந்து கொண்டோம். சரியான பதில் (d) நான்கும் என்பது ஆகும்.

இப்படியெல்லாம் பாட்டனி படித்தது பலனளிக்குமோ... பழைய கால 2001 கதையைப் பேசி என்ன பலன் என்று நினைக்கின்ற நண்பர்களுக்கு... நாம் பழைய பள்ளிப் பாட புத்தகத்தில் சப்பாத்திக் கள்ளி பற்றி படித்த ஞாபகம் இருந்தாலே பதிலளிக்க முடிகின்ற கீழ்க்கண்ட கேள்வி கேட்கப்பட்ட வருடம் எது தெரியுங்களா?... வாருங்கள் முதலில் கேள்வியைச் சொல்கிறோம். முன்பு ஸ்டெப்பி புல்வெளியில், (5.4) சப்பாத்தி பற்றிய கேள்வி வந்தது, இங்கே சப்பாத்திக்கள்ளி... வந்துவிட்டது. இது எல்லாம் தொடர்பே இல்லாத... தொடர்புதான்.

2. பாலைவனப் பகுதிகளில் வாழும் தாவரங்களில் கீழ்க்கண்ட எந்த இலை மாற்றங்கள் (Leaf modifications) மூலமாக நீர் இழப்பு தடுக்கப்படுகின்றது.

1. கடினமான மெழுகு பூசிய இலைகள்
2. சிறிய இலைகள்
3. இலைகளுக்குப் பதிலாக முட்கள்

கீழே கொடுக்கப்பட்டுள்ளதில் சரியான பதிலைத் தேர்ந்தெடுக்கவும்

(a) 2 & 3 மட்டும்

(b) 2 மட்டும்

(c) 3 மட்டும்

(d) 1,2 மற்றும் 3 அனைத்தும்

இதில் கேள்விக்கான சரியான பதில் (d) என்பது நாம் அறிந்ததே. இது கேட்கப்பட்ட வருடம் போன வருடம் 2018 ஆம்... நடப்பாண்டுக் கேள்வி இப்படி வந்திருக்கிறது... உண்மையே... அடுத்த கேள்வி அரசியல் கேள்வி என்கின்ற கருத்தை மட்டும் சொல்லி... செடி வைத்தும் அடிப்போம்! என்கின்ற இந்த ஏழாம் பிரிவு முடிகிறது.

செடி வைத்தும் அடி, என்கின்ற இந்தப் பிரிவு முடியும் பொழுது... பொது அறிவுத் தாள் என்பது படிக்கின்ற ஒவ்வொரு கண்களைப் பொறுத்து மாறுபடும் என்கிற உண்மையை நாம் சம்பந்தா சம்பந்தம்

இல்லாதவற்றை சம்பந்தப் படுத்துவதில் இருந்து புரிந்துகொண்டு இருப்போம்.

பின்னால் வர இருக்கின்ற பிரிவுகளில் குடிமையியல் குறித்துப் படிக்க உள்ளோம். அதையும் தாண்டிச் செல்லும்பொழுது திரு பாண்டியன் சார் வருவார்... அவர் ஒரு பேராசிரியர்... அவரை அடுத்து திரு. இராமச்சந்துருடு அவர்கள் வருவார். இவர் எந்தத் துறையைச் சார்ந்தவர்? அவர் அறிமுகப்படுத்த காத்திருக்கிற புத்தகம் எவ்வளவு சிறப்புகள் நிறைந்தது தெரியுங்களா?

சொல்லப் போகின்றோம். நாம் சொல்கிற புத்தகம் எப்படி ஆசைப்பட வேண்டும் என்று கற்றுத்தருவது!

அப்படியா?...

ஆசைப்படக் கூடவா? கற்றுக்கொள்ள வேண்டும்?

ஆம் வாருங்கள் தொடர்வோம்...

❖ தலையிலிருந்து தழைக்கு தாவியதிலிருந்து பல சுவாரஸ்யமான தகவல்களை தெரிந்து கொண்டோம். பல்வேறு விசயங்கள் பரவலாகக் கொடுக்கப் பட்டிருந்தாலும் Chaos theory போல ஒன்றோடு ஒன்று தொடர்புடையதாகி விசயங்கள் மனதில் நிற்கின்றன. Holo Parasite - இராஃப்ளெஸியா வாசம் பற்றிய தகவல்கள் அனைத்தும் அருமை. "தாய்ப்பால் ஆரோக்கியத்திற்கு ஆதாரம், தமிழ்ப்பால் அறிவுப்பசிக்கு ஆதாரம்", என தமிழ்வழிக் கல்வியை பெருமைப்படுத்தியிருப்பது மிகச் சிறப்பு.

வாணி, திருச்சி, 10/3/19

பிரிவு: 8

குடிமையியல் படி!

8.1. ஹல்லோ மிஸ்டர் எதிர்க்கட்சி:-

சென்ற பிரிவில்... தொடர்பில்லாத விசயங்களைத் தொடர்பு படுத்தினோம்... அது போக பாண்டியன் சாருக்காக காத்திருந்தவர்களை அவரைத் தொடர்ந்து இராமச்சந்துருடு சாருக்காகவும் காத்திருக்க வைத்துவிட்டோம்!

ஆசைப்படுவது எப்படி? என்று வேறு...

ஆசைப்பட ஆசைப்படவைத்துவிட்டோம்... ஏனுங்க இதுக்கெல்லாமா? புக் போடறாங்க? என்று நீங்கள் கேட்கலாம்... குழந்தைகளை எல்லோரும் வளர்க்கும்பொழுது... குழந்தை வளர்ப்பில் PhD பட்டப்படிப்பு இருக்கிறதல்லவா? அப்படியிருக்க... இதுபோன்ற புத்தகங்கள் கூட நம்மை ஆச்சரியப்படுத்தட்டும். யு.பி.எஸ்.ஸி தயாரிப்பு புத்தகமாக உள்ள இந்தப் புத்தகம் கொஞ்சம் கொஞ்சமாய் சுய முன்னேற்றப் புத்தகமாக உருமாறிக் கொண்டுள்ளதுங்க...

வாருங்கள் இப்பொழுது குடிமையியலைத் தொடுவோம். அதற்குள்ளே... கேள்விக் குங்ஃபூ... இருக்கிறது... (8.4) அதென்னங்க? குங்குமப்பூ... அதில்லைங்க குங்ஃபூ... வாருங்கள்...

கீழ்க்கண்ட கேள்வியைப் பாருங்கள்.

2018 ஆம் ஆண்டு முதல் கேள்வி...

கீழ்க்கண்ட வாக்கியங்களைப் படிக்கவும்

1. முதல் லோக்சபையில் எதிர்த்தரப்பில் இருந்த தனி பெரிய கட்சி சுதந்திரக் கட்சி ஆகும்.
2. லோக்சபையில் "எதிர்க்கட்சித் தலைவர்" என்ற பதவி முதன் முதலில் அங்கீகரிக்கப்பட்டது 1969 ஆம் ஆண்டு ஆகும்.
3. ஒரு லோக்சபையில் 75 உறுப்பினர்களுக்கும் குறைவாக உள்ள கட்சியின் தலைவர் எதிர்க்கட்சித் தலைவராக அங்கீகரிக்கப்பட மாட்டார்.

மேற்கண்ட வாக்கியங்களில்... கீழ்க்காணும் எவை சரி

(a) 1, மற்றும் 3 மட்டும்

(b) 2 மட்டும்

(c) 2 மற்றும் 3 மட்டும்

(d) 1,2, மற்றும் 3 அனைத்தும்

இந்தக் கேள்விக்குச் சரியான விடை (b) என்பதாகும். இதனை இணையதளம் மூலமாகப் படிக்க வாய்ப்புக் கிடைத்தது.

1952 இல் முதல் லோக்சபை அமைந்தது. 2014 இல் 16 ஆம் லோக்சபை அமைந்தது. CPI கட்சி முதல் லோக்சபையில் எதிர்க்கட்சி ஆகும். காங்கிரஸைத் தவிர்த்து அப்போதிருந்த ஒரே கட்சி அதுதான். 1969 இல் எதிர்க்கட்சித் தலைவர் இருந்திருக்கிறார். பத்து சதவிகித சீட்டுகளுக்கும் மேல் இருந்தால்தான் எதிர்க்கட்சித் தலைவராக தனிக்கட்சி தலைவர் தேர்ந்தெடுக்கப்படுவார் . அது 55 சீட்டுக்கள், 75 அன்று. இப்படிப்பட்ட தகவல்களை இன்று இணையதளத்தில் இருந்து டக்கென எடுக்க முடிகின்றது. பொதுவாக குடிமையியல் தொடர்பாக சமீபத்தில் செய்தித்தாளில் அடிபடும் தகவல்களும் யு.பி.எஸ்.ஸி கேள்விகளாக உருமாறும் வாய்ப்பு இருக்கின்றது.

8.2. ஓம்படைக் கிளவியும், நூடுல்ஸும்

அதே 2018 இல் வந்த இன்னொரு கேள்வியைப் பாருங்கள்

கீழ்க்கண்ட நான்கு நிகழ்வுகளைப் படிக்கவும்.

1. முதன் முதலில் ஜனநாயக முறைப்படி தேர்ந்தெடுக்கப்பட்ட கம்யூனிஸ்ட் கட்சி ஒரு மாநிலத்தில் அரசமைத்தது.
2. இந்தியாவின் அப்போதைய மிகப் பெரிய வங்கியான இம்ப்பீரியல் வங்கி, ஸ்டேட் பேங் ஆஃப் இந்தியா என்று பெயர் மாற்றம் அடைந்தது.
3. ஏர் இந்தியா நிறுவனம் தேசியமயமாக்கப்பட்டு நாட்டின் அரசு விமான வசதியாக மாற்றப்பட்டது.
4. கோவா சுதந்திர இந்தியாவுடன் இணைந்தது

கீழ்க்கண்ட எது சரியான கால வரிசை ஆகும்.

(a) 4 -1 -2-3

(b) 3-2-1-4

(c) 4-2-1-3

(d) 3-1-2-4

இதற்குச் சரியான விடை சொல்ல வேண்டும் என்றால் சம்பவங்கள் நிகழ்ந்த நான்கு வருடங்களும் மிகச் சரியாகத் தெரிய வேண்டும். நான்கில் இரண்டு குடிமையியலில் நேரடியாக தொடர்புள்ளது. இரண்டு பொருளாதாரம் குறித்தது. 1957 இல் EMS நம்பூதிரிப்பாடு அவர்கள் கேரளத்தில் கம்யூனிஸ ஆட்சி தொடங்கினார். இம்பீரியல் வங்கி ஸ்டேட் வங்கியாக மாறியது 1955 ஆகும். ஆபரேஷன் விஜய் காரணமாக 1961இல் கோவா சுதந்திர இந்தியாவுடன் இணைந்தது. டாடா விமான கம்பெனியாக 1932 இல் தொடங்கப்பட்ட ஏர் இந்தியா 1946 இல் அரசு கம்பெனியாக மாற்றம் அடைந்தது.

இந்தக் கேள்வியில் வருடங்கள் முக்கியப் பங்கு வகிக்கின்றன. விடை (B) என்பதைக் கண்டறிய நான்கு வருடங்களும் மனசுக்குள்ளே ஆணியடித்து நின்று கொண்டிருக்க வேண்டும். வருடங்களை ஞாபகம் வைக்கப் போராடுகிற மாணவர்களைப் பார்த்திருக்கிறோம்! எப்படி அவர்களுக்கு உதவுவது.

1957 ஐ எடுத்துக் கொள்ளுங்கள் கேரளா கம்யூனிஸ்ட் ஆட்சி என்று கேட்டு இருந்தார்கள். அதில் நூறைக் கழித்தால் 1857 முதல் இந்திய சுதந்திரப் போர். அதில் மங்கள் பாண்டே அமீர்கான் படம் பார்க்கலாம். விடுங்க. இன்னொரு நூறு வருஷம் முன்னே போனா 1757- தீபிகா சமீபத்தில் அழைத்துப் போன பொழுது ஆச்சரியப்பட்ட இடம் வரும்-கல்வெட்டு வரும். ஓம்படைக்கிளவி வரும்! கிழவி அல்ல கிளவி!

என்னங்க இது 1757 க்கும் கோபிகா தீபிகாவுக்கும் என்ன சம்பந்தம். யாரந்தக் கிழவி... மன்னிக்கவும் கிளவி! கிளவி! என்றால் சொல்... இரட்டைக்கிளவி! அடுக்குத் தொடர் கேள்விப்பட்டு இருப்போமே! விடுங்க.

ஒரு கல்வெட்டில்... கடைசி பார்ட்டில் ஓம்படைக் கிளவி வரும். இந்தக் கல்வெட்டில் சொன்னமாதிரி செய்கிறவர்கள் காலை எனது தலைமேல் வைத்துப் போற்றுவேன்... பாகுபலி கட்டப்பா மாதிரி என்றும் உள்ளது. இதில் உள்ள சொத்துக்களுக்கு சேதம் விளைவித்த வர்கள் இன்ன பாவத்திற்கு உள்ளாவார்கள் என்று அந்நியன் படத்தில் வர்ற மாதிரி தண்டனை சித்திரவதை என்று கழுவிக் கழுவி ஊத்தியபடி இருப்பதுதான் ஓம்படைக்கிளவி - இன்னும் ஓம்படைக்கிளவி என்றால் என்ன? என்று யோசித்துக் கொண்டு இருப்பவர்களுக்காக... இதோ தெளிவான விளக்கம்.

ஒரு கடிதத்திற்கு, முகமன், கருத்து, முடிவு, கையொப்பம், முகவரி என்று பாகங்கள் இருப்பது போல ஒரு கல்வெட்டிற்கும்...

மெய்கீர்த்தி... என்று ஆரம்பித்து ஓம்படைக்கிளவியில் முடியும் பாகங்கள் உள்ளது.

மெய்கீர்த்தி என்றால் இராஜராஜ, இராஜகம்பீர... என்று ஆரம்பித்து கேரளத்தை வென்ற, இதைத் தோற்கடித்த அப்படி இப்படி என்று புகழ்ந்து அடுக்கிப் பாடுவதாய் இருக்கும்.

பின்னர் கொடுக்க வேண்டிய செய்தி.

அதற்குப்பிறகு அப்படிக் கொடுக்கப்பட்ட சொத்துக்கு சேதம் விளைவித்தால், அந்தத் தவற்றை செய்பவர்கள் இப்படியெல்லாம் ஆவார்கள் என்று 'திட்டிச் சொல்வது' ஓம்படைக்கிளவி,

அந்தக் காலத்திலும்... இப்படியெல்லாம் இருந்திருக்கிறது.

இதை நாங்கள் பார்த்தது கிளைவ் கட்டடத்தில் இது இருப்பது சென்னை செயிண்ட் ஜார்ஜ் கோட்டைக்குள்.

அங்கே ஆர்க்கியாலஜி துறையினரின் கல்வெட்டுத் துறை மியூசியம் உள்ளது. இராபர்ட் கிளைவ் வாழ்ந்த இடம். இவர் பிளாஸி யுத்தத்தில் சிராஜ் - உத்தௌலாவைத் தோற்கடித்தது 1757இல். இதெல்லாம் 1957 இல் இருந்து பின்னாடி போனதால் ஞாபகம் வந்தவை. இப்படி நாட்டு நடப்போடு நம்பர்களைப் பிசைந்து சாப்பிட்டால் நன்றாக இருக்கும். நூடுல்ஸ் மாதிரி ஒன்றை இழுத்தால் இன்னொன்று ஞாபகம் வர வேண்டும். அந்த மாதிரி ரிலேட் பண்ணிப் படித்தால்... படித்துக்கொண்டே இருக்கலாங்க!

இன்னும் பிரபலமான இரண்டு தேதிகள் ஸ்டீவன் ஹாக்கிங் பிறந்ததும்? ஐன்ஸ்டைன் மறைந்ததும் அந்தத் தேதிகள் மற்றும் கலிலியோ இவர்களுடைய வாழ்நாளோடு எப்படித் தொடர்புள்ளது என்று பிரபலமாகப் பேசப்பட்டது. அது என்ன என்று நீங்களே பார்த்துக் கொள்ளலாம். விடை இந்த எட்டாம் பிரிவின் முடிவில் எட்டும்.

அடுத்த கேள்வி பாருங்க 2018 UPSC கேள்வித் தாள் - Preliminary examஇல்,

Q2: தனிமைக்கான உரிமை (Right to Privacy) அதாவது அந்தரங்க சுதந்திரம் (அண்ணா - வடமொழி) என்பதை வாழ்க்கை உரிமையாகவும் (Right to Life) தனிமனித சுதந்திரமாகவும் (Personal Liberty) பாதுகாக்கப் பட்டுள்ளது. கீழே தரப்பட்டுள்ள இந்திய அரசியலமைப்புச் சட்டப் பிரிவுகளில் எந்தப் பிரிவு மிகச்சரியாகவும் பொருத்தமாகவும் சுதந்திரங் களை நமக்குத் தருகிறது.

(a) பிரிவு 14 மற்றும் 42 ஆவது அரசியலமைப்புச் சட்ட திருத்தம்

(b) பிரிவு *17* மற்றும், அரசின் கொள்கைகளுக்கு வழிகாட்டும் சட்டதிருத்தம் நெறிமுறைகள் - பகுதி IV-இல் கண்டுள்ளவாறு

(c) பிரிவு *21* மற்றும், பகுதி III-இல் உத்திரவாதம் தரப்பட்டுள்ள சுதந்திரங்கள்

(d) பிரிவு *24* மற்றும் *44* ஆவது அரசியலமைப்புச் சட்டத் திருத்தம்

மேற்கண்ட கேள்வி ஆதார் கார்டு தொடர்பான உச்ச நீதி மன்ற தீர்ப்புக்கள் மற்றும் அரசின் நிலைப்பாடு காரணமாக கடந்த சில வருடங்களாக பத்திரிகைகளின் முதல் பக்கத்தை ஆக்கிரமிக்கும் செய்தியின் பிரதிபலிப்பு என்பதைப் பார்த்த உடனே பலபேர் புரிந்து கொண்டு இருப்போம். ஆனாலும் பாருங்க... ஆயிரம் செய்திகள் படித்த ஞாபகம் அலைமோதும் ஆனா எண்களோடு கூடிய எந்த விடை சரி என்று சட்டென்று முடிவெடுக்க முடியாமல் மனம் தள்ளாடும். அதுமட்டுமில்லை லேசாக ஸ்லிப் ஆனால் நெகட்டிவ் மார்க் வேறு. இதற்கெல்லாம் மிக எளிமையான வழியில் தீர்வு காணலாம். அதுதான் கேள்வித்தாள் பகுப்பாய்வு. ஒருமுறை இந்த மாதிரி கேள்வியை சால்வ் செய்துவிட்டால் அதற்குப் பிறகு *14* என்றால் சமத்தன்மை ஈக்வாலிட்டி equality, *21* என்றால் தனிமனித சுதந்திரம், *24* என்றால் குழந்தைத் தொழிலாளர் தடுப்பு என்று இதயத்தில் பதிந்து போய்விடும். அசோகச் சக்கரத்தில் உள்ள *24* ஆரங்கள் - குழந்தைகள் விரும்பி விளையாடும் சக்கரம் என்று மனதில் பதியலாம். பிரிவு *17* ஐ பொறுத்தவரை அது தீண்டாமையைத் தடுக்கப் பாடுபடுகின்றது என்று விரல்நுனியில் இந்தக் கேள்வி வைக்கச் செய்கிறது. அதன் பிறகு அரசியல் சட்டத் திருத்தங்கள்... அது இன்றைய தேதி வரை எத்தனை மசோதாக்கள் முன்மொழியப்பட்டுள்ளன (அதற்குத் தனி எண் உண்டுங்க), எத்தனை முழுசாய் அரசியல் சட்டத் திருத்தமாக நிறைவேற்றப்பட்டு உள்ளன? *42*, *44* என்பன இங்குக் கேட்கப்பட்டு உள்ளது போல என்று ஒருமுறை பார்த்து வைத்துக் கொள்ள வேண்டும்ங்க.

8.3. பெரிய புத்தகம் சிறிய தத்துவம்

இதற்குள் ஒரு கேள்வி சுற்றிச் சுற்றி வருவதற்கு வாய்ப்பு உள்ளதுங்க. அரசியல் சட்டத் திருத்தம் என்றால் கொஞ்சம் பெரிய விஷயம். அதிலும் சாதாரணம் அசாதாரணம் என்று இரண்டு வகை உண்டாம். DD பாசு - இந்திய அரசியலமைப்புச் சட்டம் என்று ஒரு புத்தகம் உண்டு. அதைத்தான் நன்றாகப் படிக்க வேண்டும் என்று சீனியர்கள் சொல்வார்கள். அது கேட்டு, அந்தப் புத்தகத்தை அச்சத்தோடு அடிக்கடி எடுத்து படிக்க ஆசைப்படுவோம். அத்தோடு சரி. முயற்சி பல பக்கங்களோடு ஒரு பக்கமாக சாய்ந்துவிடும். இது கூடப்

பரவாயில்லைங்க... தத் அண்ட் சுந்தரம் (Dutt and Sundaram) என்று ஒரு எக்கானமிக்ஸ் புத்தகம் உண்டு. பல விவரங்களையும் வரைபடங் களையும் அட்டவணைகளையும் உள்ளடக்கியது. அதையும் ஏராளமான முறை படித்து ஞாபகம் வைக்க வேண்டும் என்று ஆசைப்பட்டது உண்டு.

ஆனால் இன்றைக்கு என்ன தோன்றுகிறது என்றால் இது போன்று கேள்விகளைப் படித்துவிட்டு அதன் பிறகு பதில்களை அந்தப் புத்தகங்களில் தேடுவது... அதுபோன்ற ஸ்பெஷல் புத்தகங்களை மிகத் துல்லியமாகப் படிக்கவும் அவற்றிலிருந்து பெரிய அளவிலான உதவியை எடுத்துக் கொள்ளவும், இவை எல்லாவற்றுக்கும் மேலாக... நாம் சரியான திசையில் பயணித்துக்கொண்டு இருக்கிறோம் என்று நம்முடைய உள்ளுணர்வும் மகிழ்ச்சியாகவும் உற்சாகமாகவும் படிக்க உதவுமாம்.

8.4. தலையணை - புரூஸ்லீ அடி

அதற்கடுத்த நன்மை என்ன? என்றால் பொதுவாக... பெரிய பெரிய புத்தகங்களை முதலில் படித்துவிட்டு பின்னர் அதில் உள்ள கேள்வி பதில்களைப் படிப்போம் - என்றால் காலம் அதிகமாகத் தேவைப்படும். அதற்குப் பதிலாக கேள்விகளைப் படித்துவிட்டுத் தலையணை சைஸ் புத்தகத்தில் அது என்ன சேப்டரோ... அங்கே போய்... என்ன 'சப்டைட்டிலோ' அதில் படித்தால் போதும் நம்மால் 'புரூஸ்லீ' வேகத்தில் படிக்க முடியும். அதென்ன புரூஸ்லீ வேகம் என்கிறீர்களா? அவர் அடிக்கிற நடிக்கிற வேகத்தில் படம் எடுத்தால் அதில் நம்பகத்தன்மை குறைவாக இருப்பது போல் தோன்றியதால் 'ஸ்லோ மோஸனில்' படம் எடுப்பார்களாம். அவருடைய ரியாக்சன் டைம் ஒரு வினாடியில் ஐநூறு மடங்கு குறைவாம். அதாவது 0.05 விநாடியில் அவர் ஒரு புது விஷயத்தைக் கவனித்துத் திரும்ப முடியுமாம். சில வேளைகளில் நம் அருகே இருப்பவர்களிடம் ஒரு சிறிய வேலை சொல்லி இருப்போம்... அவர்கள் அதைக் கவனித்து மறுமொழி சொல்லும் வேகம் இருக்கிறதே! அது... புரூஸ்லீக்காக ஏங்க வைக்கும்! உதாரணமாக... சமைத்து வைத்துவிட்டு சாப்பிட வாங்க என்று அழைப்பவர்களுக்கு... அழைக்கப்பட்டவர்கள் இதோ வருகிறேன் என்று புரூஸ்லீ வேகத்தில் வந்தால் எப்படி இருக்கும்! சரி விடுங்கள்... ஆனால்... பல வீடுகளில்... வாங்க... என்று அழைத்த பிறகும்... ஆறிப்போன 'உப்புமா' சாப்பிடுபவர்கள் உண்டே...

புரூஸ்லீ வேகத்தில் அவர் தடியர்களைப் பந்தாடியது போல... தடிமனான புத்தகங்களை கண்ணிமைக்கும் நேரத்தில் சரியான விவரங்களை 'சரட்' என்று உருவி எடுத்துக்கொள்ள, கண்கொத்திப்

பாம்பாக கண்களை மாற்றிக்கொள்ள... கேள்விக் குங்ஃபூ உபயோகப் படுகின்றது.

இதுவரை நூற்றி மூன்று அமென்ட்மென்ட்கள் என்னும் அரசியலமைப்புச் சட்டத் திருத்தங்கள் செய்யப்பட்டு உள்ளன. கடைசியில் செய்தது பொருளாதாரத்தில் பின்தங்கியவர்களுக்கான 10 சதவிகித இட ஒதுக்கீடு. அதை ஜனவரி 2019இல் நிறைவேற்றினார்கள். நூற்றி ஓராவது திருத்தம் GST வரிவிதிப்பிற்கானது. அது மிகவும் பிரபலமானது.

அப்படிப்பட்ட பிரபலமான ஒன்றுதான் 42 ஆவது அரசியலமைப்புச் சட்டத் திருத்தம். அதில் அடிப்படைக் கடமைகள் அறிமுகமாயின. 1976இல் அறிவிக்கப்பட்டது. அது எமெர்ஜென்சிக்காலம். அதன் பின்னால் 1978 இல் 44ஆவது திருத்தம் வந்து 42 ஆவது திருத்தத்தில் இருந்த சில கொள்கைகளை இரத்து செய்தது. இவையெல்லாம் சுதந்திர இந்திய அரசியலில் பரபரப்பான காட்சிகள். இடையே மாண்புமிகு உச்ச நீதி மன்றம் அரசியலமைப்புச் சட்டத்தின் 'அடிப்படை அம்சத்துக்கு' மாறானது (Basic feature) என்கின்ற காரணத்தால் சில திருத்தங்களை செல்லாது என அறிவித்துள்ளது. அவற்றைக் குறிவைத்து... கேசவாநந்த பாரதி வழக்கு, மினர்வா மில் வழக்கு என்று சில வழக்குகளையும் அந்தத் தீர்ப்பு விவரங்களையும் மனதில் பதிய வைத்துக் கொள்ளுமாறு சில கேள்விகளை நீங்கள் படித்துப் பணி செய்துவிட வேண்டும்.

8.5. பி (ப) படிப்பு

மனித உடலின் (ஆற்றல்களை) வெளிப்படுத்தும் கலை (The Art of Expressing Human Body) என்பது புரூஸ்லீ செய்த உடற்பயிற்சிகளின் சாராம்சம் குறித்து ஜான் லிட்டில் என்பவர் எழுதிய புத்தகம். புரூஸ்லீ தனது உடலைப் பராமரிக்க பல மணி நேரங்கள் பயிற்சி செய்துள்ளார். தத்துவப் புத்தகங்களைப் படிக்கும் பழக்கம் கொண்ட அவர், ஒரு கையில் புத்தகத்தைப் படித்துக் கொண்டிருக்கையில் இன்னொரு கையில் பைசெப்ஸ் கர்ல்... (Biceps curl) போன்ற உடற்பயிற்சிகள் செய்வாராம். அவர் அளவுக்கு இல்லை என்றாலும் ஓரளவுக்கு கேள்வி களோடு மல்லுக்கட்டுவோம் புரட்டி அடிப்போம்.

இதுவரையில் நாம் படித்த தகவல்களில் புரூஸ்லீயைக் கழித்து விட்டுப் பார்த்தால் கேட்கப்பட்ட தனிமனித சுதந்திரம் குறித்த கேள்விக்கான பதில் (c) பிரிவு 21 என்பது மிகத் தெளிவாகத் தெரிய வருகின்றது.

முன்பு நாம் 8.2 பிரிவில்... எட்டாம் பிரிவு முடியும்போது எட்டப்படும் என்று சொல்லி ஸ்டீவன் ஹாக்கிங் பிறந்த நாளான ஜனவரி 8, 1942 என்பது எந்த வகையில் சிறப்பானது என்று கேட்டிருந்தோம்.

அது கலிலியோ கலிலி (Galileo Galilei 15.2.1564 to 8.1.1642) மாபெரும் விஞ்ஞானி அவர்களுடைய முந்நூறாவது நினைவு நாளாகும். ஸ்டீவன் ஹாக்கிங்கின் மறைவு நாளான 14.3.2018... ஆல்பர்ட் ஐன்ஸ்டைன் அவர்களின் (14.3.1879 to 18.4.1955) பிறந்த நாளோடு ஒன்றிப் போகிறது. என்ன ஒரு ஆச்சரியம் பாருங்கள்.

இப்படியெல்லாம், பயிற்சி செய்வதைப் பற்றியும் படிப்பதைப் பற்றியும் படித்தபிறகு அடுத்து வருகிறது அற்புதமான ஓவியங்கள் குறித்த கேள்வி. இந்திய ஆட்சிப்பணித் தேர்வு முதனிலைத் தேர்வுக்குப் படிக்கும்பொழுது, ஆங்கில டப்பிங் படம் பார்ப்பது போல இருக்கிறது! என்று ஒரு கமெண்ட் கிடைத்தது... சரி என்று ஒரு இந்திய ஓவியத்துக்குள் போகலாம் வாருங்கள்...

இப்படிப்பட்ட கேள்விகளை ஆராய்ச்சி செய்கின்றபொழுது அவை மனதில் பதிய வாய்ப்பு உள்ளது. அடுத்து... சித்திரம் பேசுகின்ற... அதிசயம் காண, நீங்கள் தயார்தானே?... வாருங்கள்...

பிரிவு : 9
சித்திரம் பேசுதடி

9.1. ப (பா) டம்!

UPSC கேள்வி 22. வருடம் 2018- முதனிலைத் தேர்வு மிகவும் பிரபலமான ஓவியமான "பாணி தானி" (Bani -Thani) எந்த ஓவியப் பள்ளியைச் சார்ந்தது?

(a) பூந்திப் பள்ளி (Bundi school)

(b) ஜெய்ப்பூர் பள்ளி (Jeippur School)

(c) காங்ரா பள்ளி (Kangra school)

(d) கிஷன்கர் பள்ளி (Kishangarh School)

பாணி தானி என்பது ஒரு பிரபலமான ஓவியம் என்று முதன் முதலாகக் கேள்விப்படுபவர்கள் நம்மில் எவ்வளவு பேருங்க?

ஒரு நிமிஷம் யோசிச்சுப் பாருங்க...

...

புரூஸ்லீ மதிரி 0.05 செகண்டில் கூட 'நானும் தான்' என்று சொல்லி விடுவோம். யு.பி.எஸ்.ஸி தேர்வு எப்பொழுதும் இப்படித்தான்...

இராஜா ரவி வர்மாவின் ஓவியம் போல பல அற்புதமான ஓவியங்கள் இங்கு பிரபலம். ஆனால் ஏதோ...

பள்ளி பள்ளி என்று... பள்ளிக்கூடம் போல பல பட்டியல்கள் போடப்பட்டுள்ளன. வட இந்தியாவின் பல இடங்கள் பட்டியலிடப் பட்டு உள்ளன.

அந்த ஊரில் இருந்து வந்து பரீட்சை எழுதுபவர்களுக்கு, சித்தன்ன வாசல் ஓவியங்கள் போல ஃபெமிலியரான ஓவியமாக இருக்கும் இருக்கலாம்.

ஆனால் நமக்கு
இணையதளத்தில் தேடினோம்.

பாணி தானியைப் பார்க்க முடிந்தது...

அவர் ஒரு பாடகியாம்...

9.2. இந்திய மோனாலிஸா:-

வளைந்த புருவங்கள், தாமரை இதழ் போன்ற நீண்ட கண்கள், கூர்மையான கீழ்தாடை,

அவள் ஒரு கவிதாயினியும் கூடவாம்...

மோனாலிஸாவோடு ஒப்பிடக் கூடிய இந்திய ஓவியம் இந்தப் பாடகியுடையது.

கிஷன்கர் என்றால் விவசாயியின் வீடு என்று நமக்குத் தெரிந்த இந்தியில் மொழிபெயர்க்கலாம் அங்கே இருந்த சவந்த் சிங் என்ற மன்னருடைய அரசவையில் 1748-1764 வரை வாழ்ந்த பாடகிதான் 'பாணி தானி' ஆம். அவருடைய படம்... டெல்லி தேசிய மியூசியத்தில் உள்ளதாம். சமீபத்தில் நாமும் ஸ்வரூப்பும் அந்த மியூசியம் சென்று அரைநாள் சுற்றிப் பார்த்தது நினைவிற்கு வந்தது.

பாணி தானி என்றால் 'அலங்காரி' என்று பொருளாம். (decked out lady)... ஒப்பனை செய்து கொள்வதில் தலைசிறந்து விளங்கியிருக் கிறாள். ஒப்பனை செய்யப்பட்ட பெண் என்றும் பாணிதானியைக் கூறலாம். பூந்தி ஜெய்ப்பூர் கிஷன்கர் ஆகிய மூன்று இடங்களும் இன்றைய இராஜஸ்தான் மாநிலத்தில் இருக்கின்றன. காங்ரா என்பது இன்றைய ஹிமாச்சல பிரதேச மாநிலத்தில் இருக்கின்றது.

இங்கே தரப்பட்டுள்ள ஒவ்வொரு ஓவியப் பள்ளிக்கும் அவற்றுக்கே உரித்தான ஓவிய நுணுக்க வேறுபாடுகள் இருக்கக் கூடும். காலகட்டங்கள் வேறாக இருக்கலாம். பாணி தானி போல ஒவ்வொரு இடத்திற்கும் ஒரு புகழ் பெற்ற ஓவியங்கள் கூட இருக்கலாம். தஞ்சாவூர் ஓவியம் போலத்தான் இந்தப் பெண் காணப்படுகிறாள். பிற்காலத்தில் மன்னரின் மனைவியாக இராணியாக ஆக்கப்பட்டு உள்ளார். அவர் விஷ்ணுப்பிரியா என்கிற பெயரும் பெற்றுள்ளார்.

இராஜஸ்தானில் நான்கு வகை ஓவியப் பள்ளிகள் இருந்துள்ளன அவை

1. மேவார் 2. மார்வார் 3. ஹடோத்தி இதில் பூந்தி அடங்கும். 4. துண்டார் (இதில் ஜெய்ப்பூர் அடங்கும்) காங்ரா ஓவியங்களில் பசுமையான பின்னணி மற்றும் 'சிருங்கார' இரசம் சொட்டும் ஓவியங் களைக் காணலாம்.

இப்படியாக சிலபல ஓவியங்களைப் பற்றி மேலோட்டமாக நாம் தெரிந்துகொண்டோம். மோனாலிஸா உடன் இந்த பாணி தானி படத்தை ஒப்பிட்டுப் பார்த்தால் லியோனார்டோடாவின்ஸி 1503-இல் இருந்து 1506 வாக்கில் வரைந்த அந்த ஓவியத்தைப் பற்றிக் கொஞ்சம் படித்துப் பார்த்தோம்.

9.3. பதினைஞ்சு செகண்ட் ரிவிஷன்:-

உலகில் அதிகம் பார்க்கப்பட்ட, பேசப்பட்ட, எழுதப்பட்ட, பாடப்பட்ட, கிண்டலும் செய்யப்பட்ட ஓவியம் என்று ஒன்று இருக்குமானால் அது... மோனாலிஸாதான். 1962 இல் நூறுமில்லியன் டாலருக்கு இன்ஸ்யூர் செய்யப்பட்ட ஓவியம் அது. 2016இல் அதன் மதிப்பு இந்தியப் பணத்தில் கிட்டத்தட்ட நாலாயிரம் கோடி இருக்கலாமாம்... பிரான்ஸில்... லூவர் (Louvre) என்கிற இடத்தில் உள்ள மியூசியத்தில் உள்ள மோனாலிஸாவைப் பார்க்கச் செல்லும் பார்வையாளர்களுக்கு... சராசரியாக எவ்வளவு நேரம் கிடைக்கிறது தெரியுங்களா? ஒரு... காணொளிக் காட்சி 15 செகண்டுகள்தான் கிடைக்கிறது என்று சொல்கிறது. திருப்பதியில் 'ஜருகண்டி' என்கின்ற சொல் ஞாபகம் வரலாம்...

நண்பர்களே நாம்... மோனாலிஸாவை 15 செகண்டுகள் பார்ப்பது போல இந்த குறி வெச்சு அடி புத்தகத்தை, இது வரை அது கடந்த வந்த தூரத்தை நாம் படித்த செய்திகளை ஒருமுறை திரும்பிப் பார்ப்போம்.

நம்மில் சிலர் நினைக்கக் கூடும்... என்ன இது? ஒரு வரைமுறை இல்லாமல் பயணிக்கிறோமே?

ஒரு பாடத்திட்டம் இல்லாமல் படிக்கிறோமே?

டைம் டேபிள் போடாமல் டைம் பாஸ் ஆகிறதே!

புத்தகங்கள் எல்லாம் காத்துக் கிடக்கிறதே!

இப்படி எல்லாம் தோன்றும். நாம் பயிற்சி மையங்களில் வகுப்பெடுத்த பொழுதும்... எங்கே ஆரம்பிக்கிறீர்கள்... எப்படி நகர்த்திச் செல்கிறீர்கள் எங்கே முடிக்கிறீர்கள் என்கிற பாடப்பொருட் களில் எந்தவிதமான தொடர்பும் இல்லை. வகுப்பில் உட்கார்ந்திருக்க... நன்றாக இருக்கிறது, ஆனால் வகுப்பு முடிந்த பிறகு என்னவோ? நாங்கள் எதையும் படிக்காத மாதிரி... லைட் வெய்ட்டாக உள்ளது. அப்படியானால், நாங்க எதுவும் படிக்கவில்லையா? என்றே கேட்டார்கள்.

9.4. நினைவுக் கலங்கரை விளக்கங்கள்:-

இந்த எண்ணத்திற்கு பதில் சொல்லியே ஆக வேண்டும்!

அதற்கு ஒரு உதாரணமும் சொல்லலாம். நாங்கள் சமீபத்தில் சீன மொழி கற்றுக்கொள்ளலாம் என்று 'லயோலா' கல்லூரிக்கு சென்றோம். குழந்தைகள் எழுத்துக்கள், சொற்கள், வாக்கியங்கள் என்கிற வரிசையில் கற்றுக்கொள்கிறார்கள். பெரியவர்களோ சினிமா முதலில் பார்த்து வாக்கியங்கள் பேசக்கேட்டு அதில் சொற்களைப் பரிட்சயப்படுத்திக் கொண்டு கடைசியாக எழுத்துக்களைக் கற்றுக்கொண்டால் கொஞ்சம் வேகமாகக் கற்றுக்கொள்ள முடிகிறது. மனதிலும் நிற்கிறது.

நண்பர்களே அதைத்தான் இதிலும் பின்பற்றுகிறோம். வரிசையாக பாடம் படித்துவிட்டு வருடக் கடைசியில் பரீட்சை எழுதியது கல்லூரி, பள்ளிகளில் வேண்டுமானால் சரிப்படலாம் இங்கே போட்டித்தேர்வு-பட்டங்கள் தரப் போவதில்லை நீங்கள் ஆராய்ச்சி மாணவர் அல்ல! அதிகக் கேள்விகளுக்கு விடை அளிக்க வேண்டும்... நாமும் எத்தனையோ முறை ஓவியக்கலை குறித்துப் படித்திருப்போம் பாணிதானியைப் பார்த்தோமா? மியூசியத்தை சுற்றிச் சுற்றி வந்தோம், ஜோசப் பிரின்செப் பற்றிப் பேசினோம்... வீணைகளைப் பார்த்தோம்... ஆனால் விஷ்ணுப் பிரியாவை விட்டுவிட்டோம். ஒரு கேள்வி... நமக்கு இராஜஸ்தான் கலைகளை கற்றுக் கொடுத்ததல்லவா.

ஒவ்வொரு நாளும் ஒருமுறை தேர்வை நேரடியாக எழுதிவிடும் அடக்கமுடியாத ஆக்ரோஷத்தோடு நாம் படிக்க வேண்டும். சிலபஸ் முழுக்கச் சின்னாபின்னமாகி எல்லாப் பாடத்திட்டங்களிலும் ஒன்றிரண்டு கேள்விகளை ஒரு பிடிப்பு ஏற்படுத்தும் நினைவுக் கலங்கரை விளக்கங்களாய் எழுப்பி ஞாபக நங்கூரங்களைப் பாய்ச்ச வேண்டும்.

வரிசைக் கிரமமாக சில வேளை படிக்க வேண்டும் என்று தோன்றும். அவ்வப்போது அப்படியும் சில புத்தகங்களைப் படித்துவிட வேண்டும். ஆர்வப் பசியைக் கேள்விகள் சூப் போல... கிளறி விட்டபிறகு ஃபுல் மீல்ஸை ஃபுல் கட்டுக் கட்ட வேண்டும். கேள்விகள் கஷ்டமாக இருக்கிறதே! என்று மலைத்துப் போய் நின்றுவிடுவதற்கல்ல கேள்விப் பகுப்பாய்வு! மலையேறும் வீரர்கள் ஆங்காங்கே அடித்து வைக்கின்ற ஆணிகள் போன்றவை கேள்விகள். ஒரு நாளின் ஆரம்பத்தில் சில மணிநேரங்கள் எதாவதொரு பாடத்தைப் படிக்கலாம். அதன் பின்னர் கொஞ்சம் ரிவிஷன் அதுக்கப்புறம் கேள்வி அனலைசிஸ் என்று படிப்புத் திட்டம் தயாரித்து வைத்துக் கொள்ளலாம்.

படிக்க ஆரம்பிக்கும் பொழுதே! நாம கொஞ்சம் நேரம் கழித்து நிறைய நேரம் படிக்கலாம்! இப்போ கொஞ்ச நேரம் மட்டும்... டி.வி பார்க்கலாம், செல் ஃபோனை நோண்டலாம், சினிமா பார்க்கலாம் அல்லது வேறு எதாவது செய்யலாம் என்று எவ்வளவு முறை நமக்குத் தோன்றியிருக்கும்? என்று நினைத்துப் பாருங்கள்.

9.5. ஒரு வேளை + ஒரு வேலை = வெற்றி

படிக்க வேண்டும். உட்கார்ந்து குறிப்பு எடுக்க வேண்டும் என்று தோன்றுகிற எண்ணத்தைத் தவிர மற்ற எல்லா வேலைகளையும் டக்கு! டக்கு! என்று உடனே செய்வோம். கிரிக்கெட் மேட்ச் ஓடினால்... இதோ... இந்த ஓவரோடு... ஓவர்... இப்பொழுது மீண்டும் படிக்கப் போகிறேன்... இதோ... சைலன்ட் செய்துவிட்டேன் என்று எவ்வளவு முறை படிப்பதைத் தள்ளிப் போட்டு இருக்கிறோம்?

சில சமயங்களில் குழந்தைகள் கோபிகா தீபிகா... டி.வி... ஓடவிட்டு அதன் முன்னால் அமர்ந்து நோட்டுப் புத்தகங்களில் வீட்டுப் பாடத்தை எழுதுவதைப் பார்த்ததுண்டு! மல்டி டாஸ்கிங்... பலே... ஆனால் ஒரு வேளையில் ஒரு வேலை செய்வது பிரெய்ன் (Brain) சூடாகாமல் தடுக்கும்...

இந்த மாதிரி தள்ளிப் போடுவதை 'நான்' மட்டுந்தானே செய்வதா நினைத்துக் கொண்டிருந்தேன் என்று நீங்கள் சொல்வது நம் காதில் விழுகிறது (மைண்ட் வாய்ஸ்) இதுவும் எல்லார் வாழ்விலும் நடப்பது தான். பரீட்சையில் வென்றவர்கள் உட்பட. பின்னர்... எப்படி அவர்கள் தள்ளிப்போடும் பழக்கத்தைத் தள்ளிப் போட்டார்கள்? என்று நீங்கள் கேட்கலாம். அந்த 'டிப்ஸை' கொடுப்பதுதான் இந்த அத்தியாயத்தின் நோக்கம்.

இந்த சேப்டரைப் படித்துவிட்டு அல்லது ஒரு ஐந்தாறு கேள்விகளைப் படித்துவிட்டு (ஐந்து அல்லது ஆறு என ஸ்ட்ரிக்டாக (Strict) ஒரு எண் இலக்கு வைத்துக் கொள்ளுங்கள்) நாம் கொஞ்ச நேரம் டி.வி (கொஞ்சம் என்றால் 5-10 நிமிடங்கள் அதுவும் கறாராக 5 அல்லது 8 என்று அளந்து நிர்ணயிக்க வேண்டும்) பார்ப்போம் அல்லது வேறு பொழுது போக்குவோம் - என்று முடிவு செய்யுங்கள் என்று சில ஸ்டடி டெக்னிக் (Technique) சொல்லித் தருபவர்கள் சொல்கிறார்கள் நீங்கள் கேட்டிருப்பீர்கள்/ படித்திருப்பீர்கள். ஆனால் இங்கே பாருங்கள் கொஞ்சம் புதிதாக முயற்சிக்கலாம். நாம் படிப்பதற்குத் திட்டமிடாத நேரங்களில் ஏதாவதொன்றை இடையே திறந்து சட்டென நுழைந்து கொஞ்ச நேரம் புத்தம் புதிதாகப் படித்து நாம் ஏற்கனவே படித்த ஒரு

சப்ஜெக்ட்டோடு ரிலேட் செய்ய முயற்சி செய்யலாம். இப்படிப் படித்தால் மூளை உற்சாகமடைய வாய்ப்பு உள்ளது. எப்படி என்று கேளுங்களேன்!

9.6. கண்ணில் தடவிய சந்தனம்:-

நாம் ஒரு நாள் நூலகத்தில் வேறுபாடம் படித்து எழுந்து போகலாம் என்று தோன்றுகையில் பழைய 2015 கேள்வித் தாளைப் படித்தோம். அதில் சந்தன மரத்தின் பெயர் இருந்தது. ஏற்கனவே எபிபைட் கேள்வியில் அதை விலாவாரியாகப் படித்து இருந்தோம். அப்போது... மனதில் ஒரு எண்ணம் தோன்றியது. அடடா... நாம் சந்தன மரத்தைப்பற்றி இவ்வளவு படிக்கிறோமே. அதனால் நேரடிப் பலன் என்ன? அடுத்த வருடம் ஹெமிபேரசைட் என்று கேட்டு ஒரு கேள்வி வந்திருக்கப் போகிறதா? என்று மனசு கேட்டது.

ஓரளவு படித்த பிறகு நிறுத்திக் கொண்டோம். ஆனால் இன்றைக்கு இந்தக் கேள்வியைப் பார்த்ததும் ஒரே சந்தோஷம். நேரடியாக இல்லை என்ற போதிலும் ஹிமாலயப் பகுதிகளில் சந்தன மரம் காணப் படுவதில்லை. அது தமிழ்நாடு கர்நாடகப் பகுதிகளில்தான் அதிகம் என்பதுவரை... யூகித்துச் சொல்ல முடிந்தது. அதுவும் நெகட்டிவ் மார்க்கைப் பற்றிக் கவலைப்படாமல் ரிஸ்க் எடுக்கும் அளவிற்கான யூகம். சந்தன மரம் என்கின்ற ஆப்ஷனைப் பார்த்த உடனே மனசுக்குள் நம்பிக்கை வாசம் வீசுவதற்குக் காரணம்... நாம் அதைப்பற்றிப் படித்திருக்கிறோம் என்பது ஆகும்.

இதை நாம் தள்ளிப் போடுவதைத் தவிர்ப்பது எப்படி? என்கின்ற பகுதியில் ஏன் சொல்ல வருகிறோம்? என்று ஒரு கேள்வி எழும்... எழும்பாவிட்டாலும் நாமே, எழுப்பிக்கொள்ளலாம். அதற்கான பதிலைச் சொல்ல வேண்டும்... அது என்ன தெரியுங்களா? இந்த இடத்தில் பிரிவு 9 ஐ முடிக்கிறோம். வழக்கம் போல ஒரு கேள்வியோடு தான் முடித்திருக்கிறோம்.

இன்னும் மூன்று கேள்விகளுக்கான பதில் சொல்லப்பட வேண்டி உள்ளது. அந்தக் கேள்விகளை இங்கே குறிப்பிட வேண்டியதே இல்லை. நமக்கு நினைவில் அந்தப் பேராசிரியர்களின் பெயர்கள் நிற்கின்றன. இந்திய மோனாலிஸாவில் ஆரம்பித்து... அங்கொன்றும் இங்கொன்றுமாய் விட்டுவிட்டுப் படித்தாலும் விடாமல் தொடர்பு படுத்திப் படிப்பது எப்படி என்று இந்த ஒன்பதாம் பிரிவில் தெரிந்து கொண்டோம். முடிக்கும் பொழுது... ஒரு சந்தன மரக் கேள்வியைக் குறித்துப் பார்த்தோம்... வாருங்கள் அடுத்தப் பிரிவில் தள்ளிப்போடாமல் பதில் வரும்... கேள்வியும் வரும்.

❖ இன்றைய இளைய சமூகத்தினர் அன்றாடம் செய்யும் ஒரு செயலை மிகத் தெளிவாகக் கூறி உள்ளீர்கள். மல்டி டாஸ்கிங் & ஒரு நேரத்தில் ஒரு வேலை செய்வது மூளை சூடாகாமல் தடுக்கும் என்பது நல்ல தகவல். பரீட்சையில் வென்றவர்கள் உட்பட, தள்ளிப்போடும் பழக்கத்தை எப்படித் தள்ளிப்போட்டார்கள்?

❖ இதற்கான பதில் மிக அருமையாக உள்ளது.

மதுரை, வெங்கட், 15/3/19

பிரிவு : 10
தள்ளாமல் அள்ளுவோம்

10.1. எங்கோ மனம் பறக்கிறது:-

இதோ... நாம் ஆவலுடன் எதிர்பார்த்த... இரண்டாம் சந்தனமரக் கேள்வி வர உள்ளது.

பின்னால் வரும் பிரிவு ஒன்றில் கண்களைத் திறந்துகொண்டே காணும் காட்சியல்லாது மனதில் வேறு ஒரு கனவைக் காண்பது குறித்து சொல்லப் போகிறோம். எங்கோ... மனம்... பறக்கிறது? என்று சொல்வார்கள். அதை நேர்மறையாகவும் பறக்க விடலாம். அப்படித்தான் இந்தப் புத்தகத்தை இரெயில் பயணம் ஒன்றின் போதும் தொடர்ந்தோம். இதோ... இந்தக் கட்டுரையை எழுதும்பொழுது... திருமங்கலம் தாண்டி மெட்ரோ இரயிலில் பயணித்துக் கொண்டே 2015 இல் 43 ஆவது கேள்வியாக வந்த சந்தன மரத்தைப் பற்றி எழுதி செங்கல்பட்டு அல்லது ஆற்காட்டில் உள்ள தங்களிடமோ அல்லது யாரிடமோ சிந்தனையைக் கிளறிவிட முடிகிறது. படிக்கும்பொழுது, சரி போதும் என்று எழுந்து போகத் தோன்றியது. இருந்தாலும் புதிதாக ஒன்றைப் படிப்போம் என்று உட்கார்ந்து முயற்சி செய்த பொழுதுதான்... சந்தன மரக் கேள்வி கண்ணில் பட்டது.

கேள்வியைப் பாருங்களேன்...

Q43. நீங்கள் இமாலய மலைகள் வழியாகப் பயணம் செய்கிறீர்கள் என்று வைத்துக் கொள்ளுங்கள். கீழ்க்கண்ட எந்த மரம் / தாவரம் அங்கே இயற்கையாக வளர்வதைப் பார்ப்பீர்கள்?

1. ஓக்
2. ரோடோடென்ட்ரான்
3. சந்தன மரம்

கீழே கொடுக்கப்பட்டுள்ள வாய்ப்புகளில் சரியான ஒன்றைத் தேர்ந்தெடுங்கள்

(a) *1* மற்றும் *2* மட்டுமே

(b) *3* மட்டும்

(c) *1* மற்றும் *3* மட்டுமே

(d) *1,2,* மற்றும் *3* அனைத்துமே

இப்படியாக அந்தக் கேள்வி அமைந்திருந்தது. நீங்கள் உடனே கேட்கலாம். ஏனுங்க! இது சந்தனமர கேள்வியா? இல்லவே இல்லையே! இமாலய மலைகளைப் பற்றிய கேள்வி அல்லவா? என்று கூறலாம். அதுவும் சரிதான் ஆனால் அதுமட்டுமே சரி அல்ல. இமாலயமலைகளில் இயற்கையாக சந்தன மரம் வளராது என்று தெரிந்தால் இந்தக் கேள்விக்கு பதில் (a) தான் என்று சொல்லிவிடலாம். இப்போ... பாருங்கள் பதில் வாய்ப்புகளாகத் தரப்பட்டுள்ள நான்கு ஆப்ஷன்களில் மூன்றில் சந்தன மரம் இருக்கிறது, இந்த பதிலை எழுத சந்தன மரம் ஹெமிபேரசைட் என்று படித்த சமயத்திலேயே... அது எந்தப் பகுதியில் இயல்பாகக் காணப்படுகின்றது என்பதையும் படித்திருக்க வேண்டும். அப்பொழுது படிக்கவில்லை என்றாலும் இப்பொழுது படிப்போம்.

சந்தன மரக் கதை மூலம் தள்ளிப்போடாமல் படிப்பு அள்ளிக் கொள்ளப்படுவதற்கான வழிவகையைச் சொல்லி உள்ளோம். அதாவது... படித்துக் கொண்டு இருக்கும் பொழுதோ அல்லது வேறு எதாவது செய்துகொண்டு இருக்கும்பொழுதோ! போதும், நாம் நிறுத்திவிடுவோம்... ஒரு இடைவெளி கொடுப்போம்... சற்றே... செயலை மாற்றுவோம் என்று தோன்றும் (உங்களுக்கு மட்டுமில்லைங்க! எல்லாருக்கும்) அப்படித் தோன்றுகையில்... குழந்தை கையில் உள்ள பொம்மையை மாற்றுவது போல... நமக்குப் பிடித்த ஒரு பகுதியையோ! அல்லது யு.பி.எஸ்.சி கேள்வித் தாளையோ எடுத்துப் புதிதாக ஒரு பகுதியைத் தொடங்கிவிட வேண்டும். அந்தப் பணியை முடித்த பிறகு நாம் ரிலாக்ஸ் செய்ய உள்ளோம் என்று மனசுக்குச் சொல்ல வேண்டும்.

அவ்வளவுதான் வேக வேகமாக, சுவையான தகவல்களை நம்மால் படிக்க முடியும். மாட்டு வண்டியில் பூட்டப்பட்ட மாடுகளின் முன்னால்... ஒரு குச்சியிலே கீரையைக் கட்டி மாட்டு வண்டியின் கூரையிலிருந்து நீண்டு வருமாறு அமைத்து மாடுகளின் கண்களில் படுமாறு செய்துவிட்டால்... மாடுகள் உற்சாகமாக முன்னோக்கி நடக்குமா? என்று யோசித்துப் பாருங்கள்! செய்ய வேண்டாம்! எல்லாம் ஒரு கற்பனை தான். எண்ணங்கள் தான் வலிமையான உந்து சக்தியாக அமைகின்றன. சட்டென ஒரு செகண்டில் புத்தகத்தை மூடி வைத்து விட்டுக் கிளம்பலாம்.- என்கிற உந்துதல் தோன்றும் பொழுது நூலகத்தின் ஒரு புதிய அலமாரியை நோக்கி நகருங்கள். படக்கென

ஒரு புத்தகமோ வாசகமோ... உங்கள் கண்ணில் படும். பட்டே தீரும். அது உங்களுக்கு பல நினைவலைகளை உருவாக்கித் தரும். அதனால் பலன் வரும்.

10.2 தலைவிதியை மாற்றும் சில வரிகள்

சட்ட சிறப்புப் பள்ளி... சட்ட உன்னதப் பள்ளி... ஸ்கூல் ஆஃப் எக்ஸெல்லன்ஸ் ஃபார் லா. (School of excellence for law) என்று ஒரு அரசுக் கல்வி நிறுவனம் சென்னை வேளச்சேரி - தரமணியில் உள்ளது. அங்கேயிருந்த நூலக சுவர் ஒன்றில் எழுதப்பட்டு இருந்த சில வாசகங்கள் இந்த இடத்தில் குறிப்பிட உகந்தவை... ஆரம்பிக்கிற வரி... சற்றே ஆச்சரியத்தோடும் நமது காலங்காலமாக இருந்துவரும் நம்பிக்கையைப் புரட்டிப் போடுவது போலவும் இருக்கும். ஆனால் அடுத்து வருகிற வரிகள்... பொன்னெழுத்துக்களால் பொறிக்கப்பட வேண்டியவை.

புத்தகங்கள் உங்கள் வாழ்வையே மாற்றக்
கூடியவை என்று சொல்வார்கள்-நம்பாதீர்கள்!
ஆமாம் புத்தகங்கள் மாற்றுவதில்லை!
ஆனால்...சில

பக்கங்கள் வாழ்வை மாற்றிவிடும், ஒரு சில பத்திகள் வாழ்வை மாற்றிவிடும், ஒரு சில பத்திகள் வாழ்வை மாற்றியமைக்கும், அவ்வளவு ஏன் சில வரிகள் - வாழ்வில் தலை விதியை மாற்றிவிடும்.

சில வேளைகளில்... தோல்விபெற்றவர்கள்... என்னங்க செய்யறது நம்ம தலையில் எழுதியிருக்கிறது தானே நடக்கும்! என்பார்கள் அப்படி எழுதியுள்ள வரிகளை மாற்றி எழுதவல்லது சில புத்தக வரிகள்.

இப்படிப்பட்ட ஒரு அர்த்தம் தொனிக்கிற மாதிரியான பொன் மொழியை ஆங்கிலத்திலே அங்கிருந்த புத்தகாலயச் சுவரில் தொங்க விட்டுருந்தார்கள். யாரோ ஒரு புண்ணியவான் எழுத அதைப் பொருத்தமான இடத்தில் ஒரு புனிதர் மக்களின் கண்பார்வையில் படுமாறு வைப்போம் என்று முடிவெடுத்திருக்கின்றார். அவர்களுக்கு நெஞ்சார்ந்த நன்றி. அது நம் கண்ணில் பட்டது அதிர்ஷ்டம். மேற்கண்ட பொன்மொழிக்கு "புத்தகங்கள் நம் வாழ்வில் ஒளியேற்ற வல்லவை" என்பதுதான் பொருள் என்று இன்னும் யாரேனும் - நேரடியாக விளக்கி ஏன் சொல்லவில்லை என்று யாரேனும் கேட்கவுள்ளீர்கள் என்றால்... அப்படியே நாம் சொல்லிவிட்டதாகக் கருதி எடுத்துக்கொள்ளவும்.

எந்த வரி வாழ்வில் விளக்கேற்றும் என்று கண்டுபிடித்து
அந்த ஒரு வரியை மட்டிலும் படித்துவிடக் கூடாதா?

எதற்கு மணிக்கணக்கில் மாரடிக்க வேண்டும்!
ஒரு வரிக்கு எதற்கு ஓராயிரம் வரிகள்?
என்று ஒரு கேள்வி எழலாம்.
எல்லா வரிகளும் ஆகச் சிறந்தவை.
எந்த வரி யாருக்குப் பிடிக்கும்!
எந்த வரி யாரைப் பிடிக்கும்! என்பதுதான்... படித்த பிறகு மட்டுமே தெரிந்த விஷயம்!

அதனால் எழுந்து போகலாம் என்று படிப்பை நிறுத்தி எழும்போது அலிபாபாவின் அண்ணா... திருடர்களின் குகையில் நவரத்தினங்களை... இன்னும் கொஞ்சம் எடுத்துச்செல்ல வேண்டும் என்று அங்கே ஆசைப் பட்டது போல இங்கே அதிகமாகப் படிக்க ஆர்வம் காட்டுவோம்.

அலிபாபாவின் அண்ணன் காசிம்... நகைகள் மீது அதிகமாக ஆசைப்பட்டு உயிரை இழந்தது தவறு... இங்கே புத்தகங்களுக்குள்... அள்ள அள்ள குறையாத வெள்ளத்தாலும் அழியாத சொக்கத் தங்கமான தகவல்கள் குவிந்து கிடக்கையில் அத்தகைய அறிவு வங்கியை விட்டு அவசரமாக... வெளியேறுவானேன்.

அறிவு வங்கி - இந்தச் சொல்லைக் கவனித்தீர்களா?
இன்னும் அலிபாபா கதையிலேயே
இருக்கின்றோமோ? அலிபாபாவுக்கு... காசிம்
அண்ணனா? தம்பியா?

தற்கால ஆன்லைன் மார்கெட்டிங் கிங்... கம்பெனி அமேஸானுக்குச் சவால்விடும் அலிபாபாவை உருவாக்கியமா? யார்?

அலிபாபாவின் கதையில் ஒரு அதிபுத்திசாலிப் பெண்மணி பலமுறை கொள்ளையர்களிடம் இருந்து அவர்களைக் காப்பாற்றுவாங்க யார் அது...?

இதற்காக... நாமும் குழந்தைகளும் சேர்ந்து 1955இல் வெளிவந்த எம்.ஜி.ஆர் படம் உட்பட பல அலிபாபா கதை மாற்று வடிவங்களைப் படித்தோம். சில இடங்களில் அப்பெண்மணியின் கதாபாத்திரத்தில் சில மாறுதல்கள் இருந்தாலும், அவர் செய்த உதவிகள் சிறப்பு.

பேங்க் சம்பந்தமான கேள்வியைக் கேட்கிறேன் என்று சொல்லி விட்டு ஏன் அலிபாபா பின்னால் சுற்றிக் கொண்டு இருக்கிறோம் என்றால்?

இப்படியான உலகெங்கிலும் பரவியுள்ள கதைகள்... ஒரு 'ஆர்கிடைப்' ஆகச் செயல்படுகின்றன. போச்சுடா...'ஆர்கிடைப்'

என்றால் என்ன? அடுத்த கேள்வி அங்கேயும் பிறந்துவிட்டது! நாம் இதோ... அந்த 2015 வங்கி தொடர்பான கேள்வியைப் பார்த்துவிட்டு மேற்கண்ட நான்கு கேள்விகளுக்கும் விடை காண்போம்.

UPSC prelims 2014 கேள்வி எண். 51

கீழ்வரும் சொற்களைக் கவனியுங்கள்

1. மார்ஜினல் ஸ்டாண்டிங் ஃபெசிலிடி ரேட் (Marginal Standing Facility Rate)

2. நிகர தேவை Net Demand

3. நேரப் பொறுப்புக்கள் Time liabilities

இந்த மூன்று - சொற்களும் அடிக்கடி செய்திகளில் அடிபட்டுக் கொண்டுள்ளன. இந்தச் சொற்கள் கீழ்க்கண்ட எந்தத் துறை சார்ந்த சொற்கள் என தேர்ந்தெடுக்கவும்.

(a) வங்கிகளின் செயல்பாடு

(b) தகவல் தொடர்பு வலையமைப்பு

(c) இராணுவ திட்டமிடல்

(d) வேளாண் விளைபொருட்களின் சந்தையில் தேவை மற்றும் வழங்கல்.

மேற்கண்ட கேள்வியில் பார்த்த உடனே வங்கியாகத்தான் பதில் (a) இருக்கும் என்று சொல்லிவிடுவோம் பாராட்டுக்கள்.

10.3. இருபத்தி நாலில் ஒருவன்

அலிபாபாவிற்கு காசிம் அண்ணன் தான். நவீன கால அலிபாபாவை உருவாக்கியவர் ஜேக் மா. இவரது இயற்பெயர் மா யுன் என்பது. சீனாவின் மிகப்பெரிய பணக்காரர். இவரது தோல்விக் கதைகள்... கேட்க பிரமிப்பாக இருக்கும். மா... கிட்டத்தட்ட முப்பது வேலை களுக்கு விண்ணப்பித்து அவை அனைத்தும் நிராகரிக்கப் பட்டவராம். பத்துமுறை ஹாவார்டு பிஸினஸ் பள்ளியால் நிராகரிக்கப்பட்டவர். ஒருமுறை KFC கடையில் 24 பேர் இண்டர்வியுவிற்கு போனார்களாம். 23 பேரை எடுத்துக் கொண்டார்களாம். அந்த விடுபட்ட ஒருவர் இவர்தானாம். அலிபாபா என்பது 1999 இல் ஆரம்பிக்கப்பட்ட வியாபாரம் - வியாபாரம் (Business to Business) இணைப்பு இணையதளம் ஆகும். இவரது பொன்மொழி ஒன்று பின்னர் வருகிறது? (13.10 பக்கம் 118 பகுதியில்) அலிபாபா கதையில் வருகிற புகழ் பெற்ற புத்திசாலிப் பெண்... மார்ஜியானா என்கிற கதாபாத்திரம். அலிபாபா கதையை குழந்தைகளுக்குச் சொன்னால்... கிரியேட்டிவிட்டி உயரும்!

இப்படியாக தள்ளாமல் அள்ளுவோம் என்கிற பத்தாம் பிரிவும் முற்றுகின்றது. இதில் அலிபாபா கூட வந்து போய்விட்டார். ஆனால் வருவதாகச் சொன்ன அந்த இரண்டு பேராசிரியர்கள் வரவில்லை. இப்படித்தான் எழுத்தாளர் சுஜாதா... மெக்ஸிகோ சலவைக்காரி ஜோக் என்கிற அந்த ஒரு ஜோக்கை சொல்லாமலே விட்டுவிட்டார் என்று சொல்வார்கள். நாம் அப்படியில்லை. சொல்லிவிடுவோம். கிரியேட்டிவிட்டி என்றதும் சுஜாதா வந்தார்... கூடவே ஒரு பாட்டியும் நினைவில் வருகிறார்கள் சுஜாதா தெரியும்! பாட்டி யாரு? சொல்கிறோம்...

❖ படித்துக்கொண்டு இருக்கும்போது அல்லது வேறு ஏதேனும் செய்து கொண்டிருக்கும்போது மாற்றும் நிகழ்வு = குழந்தைகளின் கையில் பொம்மை போல என்பது நல்ல உதாரணம். "உந்துதல் தோன்றும்பொழுது நூலகத்தின் ஒரு புதிய அலமாரியை நோக்கி நகருங்கள்", சூப்பர், சூப்பர், அருமை, அருமை. இந்தக் கட்டுரையின் தனிச் சிறப்பு என்பதே இதன் சில வரிகள் நம் வாழ்வில் விளக்கேற்றி வைத்து விடும்- என்பதுதான். உண்மையான வரிகள்.

மதுரை, வெங்கட், 15/3/19

❖ சார் வணக்கம், தங்கள் கட்டுரைகள் ஒவ்வொன்றும் பலவிதமான தகவல்களை தன்னுள் கொண்டு தனித்துவமாக உள்ளன. பாட்டி வெற்றிலை சாப்பிடுவதை அழகாக விவரித்திருப்பது எங்களது பால்ய கால நினைவுகளையும் கிராமப்புற திண்ணைக் கதைகளையும் மனதில் கொண்டு வருகிறது.

பொன்குழலி அரவிந், சென்னை,17/3/19

பிரிவு : 11
கதை கதையாம் காரணமாம்

11.1. வெற்றிலைப் பாட்டி சொன்ன கதை

மேற்கண்ட பத்தாவது பிரிவில்... MSF என்கிற ஒரு பதம் பயன்படுத்தப்பட்டு இருந்தது. அதில்... அப்படி என்றால் என்ன என்று சொல்லவில்லை இங்கே சொல்வோம்... ஊர்க்கதை மூலமாக...

எங்கள் சின்ன வயதில்... ஐந்தாவது ஆறாவது படிக்கையில்... சொந்தக்காரப் பாட்டி ஒருத்தங்க இருப்பாங்க, மந்திர தந்திர மாயாஜால கதைகளைச் சொல்வாங்க. வெற்றிலை பாக்கு போடுவாங்க அதை ஒரு இரும்பு உபகரணத்தில் (உலக்கையின் மினியேச்சர்) வைத்து அடித்து பின்னர் வாயில் போட்டுக்கொள்வார். அவருக்குப் பற்கள் விழுந்துவிட்டதால். உடன் உட்கார்ந்து வெற்றிலையை டங்... டங்... என்று சுண்ணாம்பு... சிறு துளி சேர்த்து சிவக்கச் சிவக்கச் நசுக்கிக் கொடுத்துக் கதைகள் கேட்டது இன்றைக்கு அலிபாபாவோடு ஞாபகம் வருகிறது... பாட்டி பெயர் சுந்தரம்மாள்... அந்த உபகரணம் பெயர் இடிகல் அல்லது இடுகல் என்று கூறினார்கள் அம்மா.

அடுத்தது 'ஆர்க்கிடைப்' என்கிற சொல். இது ஒரு சைக்கோ அனலைஸிஸ் சொற்பிரயோகமாகும். கடவுளே அதெல்லாம் எதற்கு? என்று நீங்கள் கேட்கலாம். பாதகம் ஒன்றுமில்லை அறிவது நல்லதே. கிரேக்க மொழியில் 'ஆர்க்கி' என்றால்...பழமையான...டுபோஸ் என்றால் உதாரணம்.. அது இலத்தீனில் பதினாறாம் நூற்றாண்டில் ஆர்க்கிடைப் ஆனதாம். பாரம்பரியமாக மக்கள் மனதில் பதியவைக்கப்பட்ட 'பழமையான உதாரணங்கள்' ஆர்க்கிடைப்புகள் ஆகும். எல்லார் மனதிலும் ஒரே மாதிரி பதிந்து உள்ள நிலையை கலெக்டிவ் அன்கான்ஸியஸ்னஸ் என்று சொல்கிறார்கள். உதாரணமாக... இராமன் என்றால் வாய்மை தவறாதவர், கர்ணன் என்றால் கொடைவள்ளல், கண்ணகி என்றால் கற்புக்கரசி... இப்படி கிரேக்கப் புராணக் கதாப்பாத்திரங்களை இலக்கியங்களில் பயன்படுத்துவதை நீங்கள் கேட்டிருப்பீர்கள்... பீனிக்ஸ்... பறவை... என்றால் அழிவில் இருந்து வென்று மீண்டு வந்த ஒன்று என்று புரிந்து கொள்ளலாம்...

"இராமன் எத்தனை இராமனடி?"

என்கின்ற பாடலில் இந்திய இதிகாச உதாரணம் எடுத்தாளப்பட்டுள்ளது...

வயதான பெரியவர்களிடம் இருந்து சில சமயங்களில் அவசரத்துக்கு அவர்கள் சேர்த்து வைத்திருக்கின்ற நிதியில் இருந்து கடன் வாங்குவது உண்டு. அதையே ரிசர்வ் பேங்க் ஆஃப் இந்தியா இடமிருந்து வங்கிகள் பெற்றால் அதற்குப் பெயர் MSF என்று சொல்கிறார்கள். இப்படியாக வயதான பாட்டியின் உதாரணம் முன்பு பிரிவு 10.2இல் கண்ட MSF கேள்வியோடு பொருந்த விளக்கப்பட்டு உள்ளது.

11.2 கதை சொல்லும் கேள்வி:-

விலங்கியல் பாடம் பல வருடங்களாகப் படித்த கால்நடை மருத்துவர் ஒருவர்... பல வருடங்கழித்து... ஒரு நல்ல கதையை... சிலந்தியின் பெயர்க்காரணமாக யு.பி.எஸ்.ஸி கேள்வியொன்றைப் படிக்கும் பொழுது தெரிந்துகொள்ள நேர்ந்தது... கதையை முதலில் சொல்லவா? கேள்வியை முதலில் சொல்லவா? என்று கேட்பீர்களே யானால் எதை முதலில் சொல்வது?

கதை தானே சுவையானது? அதுதான் முதலில்... என்று நாம் சொல்லலாம்.

கேள்வி தானே முக்கியமானது. இந்தப் புத்தகமே நன்றாகப் படிப்பது எப்படி? என்றும் குறி வைத்து அடிப்பது எப்படி என்றும் சொல்ல வந்ததுதானே? அதன்பிறகு எதற்குக் கதைகள்... கதைகள் அறவே கூடாது! அப்படியே நீங்கள் சொல்லியாக வேண்டும் என்றால்... முதலில் கேள்வியைச் சொல்லிவிட்டு அதன்பிறகு கதையடிக்கலாம்! என்று நம்மில் சிலர் கோபமாகச் சொல்லலாம்! கோபமும் ஒரு எமோஷன் தானே! ரௌத்திரம் பழகு! என பாரதி கூறவில்லையா? சரிதான்... ஆனால் கோபம்... கூடாது! என்று திருவள்ளுவர் சொல்கிறார். விளையாட்டுக் கோபம் என்று கொள்வோம். கதை மூலமாக யு.பி.எஸ்.ஸி கேள்வியை அறிந்து கொள்வதால் கரும்பு தின்னக் கூலி கொடுப்பது போல... கதையைச் சொல்லி அதற்கான மார்க்குத் தரும் கேள்வியையும் சொல்லிவிடுவோம்.

11.3. ஸ்பைடர் வுமன் யார்

பழங்கால கிரேக்கத்திலே ஒரு அற்புதமான நெசவுக்காரி இருந்தாளாம் அவள் பெயர் அரேக்னா! அவளுடைய கைவண்ணத்தில் விளைந்த ஆடைகள் உலகப்புகழ் பெற்று விளங்கினவாம். அதன் காரணமாக அவளுக்கு பெருமை சேரத் தொடங்கியதாம். கூடவே கொஞ்சம் கொஞ்சமாய் 'தற்பெருமையும்'. இந்தத் தகவல் கடவுளை

எட்டியதாம். நெசவின் கடவுள் ‘ஏதினா’ ‘அரேக்னா’ விற்கு பாடம் கற்பிப்போம் என்று நினைக்கிறார். ஒரு வயதான பாட்டி வேடம் இட்டுக்கொண்டு வருகிறார். நமது ‘வெற்றிலைப் பாட்டியை’ வேண்டுமானால் இங்கே உருவக உதாரணமாக வைத்துக் கொள்ளலாமா? இரண்டு பெண்மணிகளுக்குள்ளே! நெசவில் யார் பெரியவர்? என்று பேச்சுவார்த்தை தடிக்கிறது... ஒரு கட்டத்தில்... ‘அரேக்னா’ சொல்கிறாள்... அந்த நெசவின்... கடவுளே நேரில் வந்தாலும்... என் படைப்புக்கள்தான் ஜெயிக்கும் என்று...

ஆஹா... வந்திருப்பது யாரெனத் தெரியாமல் சொல்ல... அந்தப் பாட்டி... தான் யாரென... சுய ரூபத்தைக் காட்ட... அரேக்னா... தோல்வியுற்றதாக நினைத்து... தூக்கில் தொங்கிவிடுகிறாளாம்! அந்தோ பரிதாபம். அதனால்... அதீனா... ஏதினா தெய்வம் அவளைக் காப்பாற்றி, அவளுக்கு வரம் தருகிறது... நீ... வாழ்நாளெல்லாம் கயிறு... நூலில் தொங்கிக் கொண்டே இருப்பாய்... உன்பெயர் நெசவில் நிற்கும்... என்று அவளை சிலந்தியாக மாற்றி விடுகிறார். அன்று முதல் அரேக்னிடா என்று சிலந்தி வகை சார்ந்த உயிர்கள் அழைக்கப்படுகின்றன...

அது ஒரு வகையின் பெயர்...

அதன் பிறகு எட்டுக்கால் இருப்பதால் அப்படி எட்டுக்கால் உள்ள தேள், மைட் (Mite) என்னும் உண்ணி இவைகளும் இதே ஆர்டரில் சேர்க்கப்பட்டன. அரேக்னிடா (Areknida) என்கின்ற வகையில் எட்டுக்கால் கொண்ட கணுக்காலிகள் இருக்கின்றன. இவைகளுக்கும் Insecta இன்செக்டா என்கிற பூச்சி வகைகளுக்கும் வேறுபாடு இருக்கின்றது... நண்டுகளுக்கோ பத்துக்கால் உண்டு... அவை ஓடு (Crust) கொண்ட க்ரஸ்டேஸியா வகை சார்ந்தவை.

இப்போ...

கதை முடிந்தது. யு.பி.எஸ்.ஸியில் அறிவியல் தொடர்பாக கிட்டத்தட்ட முப்பது கேள்வி வந்துவிடும் (நூறு மொத்தம்) இந்த நெசவுச் சண்டைக் கதை வீண்போகாதுங்க. அப்படியே வரலை என்றாலும்... கதைகளைத் தேடுகின்ற நம் குணம் இருக்கிறதே அதனால் பலன் வரும்.

கேள்வி எண். 74 UPSC 2015 prelims

கீழ்க்கண்ட உயிரினங்களில்... எந்த ஒன்று மற்ற மூன்று விலங்கு களுடைய வகுப்பைச் (class) சாராதது...

(a) நண்டு (b) உண்ணி (MITE) (c) தேள் (d) சிலந்தி

பூச்சிகளுக்கு தலை (Head), மார்பு (Thorax), வயிறு (Abdomen) என்று மூன்று பிரிவு உண்டாம்... சிலந்திகளுக்கு தலை, வயிறு என்று இரண்டுதான் உண்டாம்... பூச்சிகளுக்கு ஆறு கால்கள் அரோக்னிடுகளுக்கு எட்டுக் கால்கள். இப்படிச் சில விஷயங்களை நாம் அறிவியலின் ஆழ்ந்த கண்களால் தெரிந்துகொள்ள வேண்டியுள்ளது!

11.4. கிழித்துப் படித்த கதை

எட்டுக்கால் பூச்சிக்கு எவ்வளவு கால் என்று இனிமேல் சந்தேகம் வராது! வங்கி குறித்த கேள்வி ஒன்றில் MSF என்பதை எளிதாக ஒன்று மட்டுமே சரியான பதில் என்று கண்டுபிடித்தோம். அது 10.2 இல் உள்ளது. இதோ இன்னொரு பொருளாதாரக் கேள்வி... பார்க்க நான்கு பதில்களுமே ஒரே மாதிரி... சரியானவைதானோ என்று தோன்றுகின்ற மாதிரியே இருக்கும்!

2015 - UPSC prelims, question number 19....

கீழ்க்கண்டவற்றில் எந்த அமைப்பு "உலகப் பொருளாதாரக் கண்ணோட்டம்" (World Economic outlook).... (இதில் பாருங்க outlook கண்ணோட்டம் பார்வை = Look = கண் என்று நெருங்கி மொழி பெயர்த்துள்ளோம்.) என்கின்ற பிரசுரத்தை வெளியிடுகிறது?

(a) பன்னாட்டு நிதி முனையம் (IMF)

(b) ஐக்கிய நாடுகள் வளர்ச்சித் திட்டம் (UNDP)

(c) உலக பொருளாதார நிறுவனம் (WEF) World Economic Forum

(d) உலக வங்கி

இந்த நான்கு அமைப்புகளைப் பார்க்கையில் அவை அனைத்தும் ஒன்று போலவே தோன்றலாம். ஆறு மாதங்களுக்கு ஒருமுறை வெளியாகும் உலக பொருளாதார கண்ணோட்ட அறிக்கையை IMF வெளியிடுகிறது. (a) என்பது சரியான விடை இதனை இணையதளம் மூலம் தேடிக் கண்டுபிடித்தோம்.

அதன்பிறகு ஒரு UPSC வழிகாட்டிப் புத்தகத்தை எடுத்து பன்னாட்டு நிறுவனங்கள் குறித்து ஒரு பார்வை பார்த்தோம். மிக நீண்ட நாட்கள் கழித்து இந்த 'குண்டு' புத்தகங்களைப் புரட்டுவதற்குக் கொஞ்சம் மலைப்பாக, கொஞ்சம் களைப்பாக மற்றும் தயக்கமாகத்தான் இருந்தது. அந்தக் காலத்தில் 'ஸ்பெக்ட்ரம்' என்கிற கைடு புத்தகத்தை அப்பொழுது ஐநூற்றி ஐம்பது கொடுத்து 1998இல் வாங்கியது நினைவு வந்தது. இந்த இருபத்தோரு வருடங்களில் சுமார் மூன்று மடங்கு விலை உயர்ந்துதான் போயிருக்கிறது. கல்லூரி இறுதியாண்டு படித்துக்கொண்டு

இருந்த மாணவன், நூலகம், மற்றும் சீனியர்களிடம் கைடு புத்தகங் களைப் பலமுறை வாங்கிப் படித்துப் பார்த்தபின்பு... சொந்தமாக ஒன்று வாங்கலாம் என்று முடிவெடுத்தது... கொஞ்சம் அப்போதைய சக்திக்கு அதிகமான முயற்சியே ஆகும்... அதை வாங்கி அடுத்த ஐந்து வருடங்கள் திரும்பத் திரும்ப ஆராய்ச்சி செய்ததும்... புத்தகங்களைப் 'பிரித்து' "மேய்ந்ததும்"... படித்துக் "கிழித்ததும்"... கிழித்துப் படித்ததும் இங்கே சொல்ல உகந்தது.

யுனிக், டாடாமெக்ரா ஹில் போன்ற பல நிறுவனங்கள் இப்படி கைடுகளை வெளிவிடுவது வழக்கம். ஆண்டுதோறும் கரெண்ட் ஈவண்ட்ஸ் பகுதிதான் அதிக மாற்றத்திற்கு உள்ளாகும். அதனால் வாங்கிய அடுத்த வருடம் கரெண்ட் ஈவண்ட்ஸைக் கழட்டி எடுத்தோம். தொடர்ந்து... தமிழ்நாட்டுக்கும் உத்திரப் பிரதேசத்திற்கும் அடிக்கடி பயணம் செய்ததால்... அதிக தடிமனான புத்தகங்களை பாட வாரியாகப் பிரித்து எடுத்து தனித்தனியாக எடுத்துச் சென்றது உண்டு.

11.5. வரலாற்றில் பயிர் வளர்ப்போம்

இப்படியாக படிக்க நேர்ந்த நாட்களில் புத்தகத்தைக் கிழித்த... செய்திகளைப் பகிர்ந்து கொண்டது... நாம் மறுபடியும் கிழிக்க அல்ல... இதிலிருந்து இன்ன விஷயத்தைக் கற்றுக்கொள்ளலாம் என்று நாமே... பிரித்துப் பிரித்துச் சொல்வது ஒரு வகையான உத்தி என்ன நடந்தது என்று சொல்லிவிட்டு என்ன அதிலிருந்து புரிந்து கொள்வது எதை அதிலிருந்து எடுத்துக்கொள்வது? என்று நம்மிடமே... கற்றுக்கொள்ள வேண்டிய தகவல்களை எடுத்துக்கொள்ளும் பொறுப்பை விட்டுவிடுவது நம் புத்தகத்தின் உத்தி. ஏனெனில் படிப்பவர்கள் நமக்கு அடுத்த தலைமுறையைச் சார்ந்தவர்கள்... வரலாறு ஒரு வறள்நிலமானாலும் கூட இஸ்ரேலியர்கள் மாதிரி திறமையானவர்கள் அதில் பயிர் வளர்த்தெடுப்பார்கள் என்கிற நம்பிக்கையோடு ஆங்காங்கே இப்படி டிட்பிட்ஸ் தெளிக்கப்பட்டுள்ளது.

இப்படியாக... பழைய நினைவுகளுடன் பன்னாட்டு நிறுவனங் களைப் பார்த்தால் ஐக்கிய நாடுகள் (UN) அமைப்பில் மட்டுமே... சுமார் 16 அமைப்புகளை பட்டியல் இட்டுக் காட்டி இருந்தார்கள் அதில் ஒன்று IMF ஆகும். இது 1945 இல் உருவாக்கப்பட்டு உள்ளது. மற்றவை FAO (1945) Rome, WTO (1995) Geneva, WHO (1948) Geneva என்று பல உண்டு... அதுபோல ஐக்கிய நாடுகளின் பல திட்டங்களில் (Programmes) ஒன்று UNDP (1965 - நியுயார்க்) ஆகும். இது UN உடைய பட்ஜெட்டில் இருந்து பண ஒதுக்கீடு பெறுவது அல்ல. உலகெங்கிலும் இருந்து மனமுவந்து தன்னிச்சையாகத் தரப்படும் கொடைகளை நிதி ஆதாரமாகக்

கொண்டு UNDP செயல்பட்டு வருகிறதாம். இதைப் போல எட்டுத் திட்டங்களைப் பட்டியலில் காண முடிந்தது. இப்படிப்பட்ட மற்றொன்றுதான் UNICEF 1946 நியுயார்க்.

World Economic Forum என்கிற சொற்களைப் பார்த்தால் இது உலக வர்த்தக நிறுவனம் (WTO) போல ஒரு UN அமைப்பு எனத் தோன்றும். ஆனால் முன்பு சொன்ன 16 அமைப்புகளுக்குள் கண்ணில் விளக்கெண்ணெய் விட்டுத் தேடிப் பார்த்தால் காணவே காணோம். பின்னர் வேறு வழியின்றி கூகுள் செய்தால் இது சுவிட்சர்லாந்து சட்டம் மூலம் பதியப்பட்டுள்ளது, 2015இல் ஆரம்பிக்கப்பட்டது, 1971இல். நோக்கம் அரசு தனியார் ஒத்துழைப்போடு உலக பிராந்திய தொழில்வள நலம் பேணுதல் ஆகும்.

உலக வங்கி என்பது ஒன்றல்ல இரண்டல்ல ஐந்து அங்கங்களைக் கொண்ட குடும்பம் ஆகும். அது 1944 முதன் முதலில் உருவான IBRD யிலிருந்து, கடைசியாக 1988இல் சேர்ந்த பன்முக உத்தரவாத முகமை (Multilateral Guarantee Agency) வரை பல கோணங்களில் படிக்கப்பட வேண்டிய ஒரு நிறுவனம் ஆகும்.

இப்படியே... உலக நிறுவனங்களைப் பற்றிப் பேசிக்கொண்டே இருக்கலாம்னா பார்த்துக்கொள்ளுங்களேன்.

கதைகள்... கருத்துக்களை நினைவில் வைத்துக்கொள்ளத்தான் பின்னப்பட்டுள்ளன. நாம் பிரிவு 11இல் இரண்டு கதைகளில் தொடங்கி உலக வங்கி வரை போய் வந்தோம். அடுத்த பிரிவில் என்ன வருகிறது என்று பில்ட் அப் கொடுக்க வேண்டிய நேரம் இது.

முன்பே... அஞ்ஞானம் சந்தேகம் விபரீதம்... என்று மூன்று விஷயங்களைப் படித்தோம். தேர்வு எழுதும் வரை படித்த விவரங்கள் தெளிவாக மனதில் நிற்கும். ஆனால் பரீட்சை ஹாலிலே... மசமச என்று தெளிவாக... மனதில் இருப்பதைப் பார்க்க முடியாது.

படித்தது எல்லாம் தெளிவாக, ஞாபகம் இருந்தால் எவ்வளவு நன்றாக இருக்கும். படித்த பக்கங்கள் அப்படியே மனதில் இருந்தால் பார்த்து எழுதிவிடலாம். பக்கங்களை அப்படியே கண்ணுக்கு முன்னால் மனக் கண்ணால் பார்க்க முடியுமா? ரொம்ப சிரமம்தான்...

அட எனக்குத்தாங்க... என்று
நாம் சொல்வது கேட்கிறது...
அதற்கு என்ன செய்வது? வாருங்கள்...

பிரிவு : 12
கேள்வி மீன்கள் நீந்துமா?

12.1. பார்க்கப் பார்க்கப் பிடிக்கும்

சென்ற பதினோராம் பிரிவில்...
வகுப்பறையில் பார்த்ததை
தேர்வறையில் எப்படி மனதால் பார்ப்பது?
என்று சொல்லித்தருவதாகச் சொல்லியிருந்தோம்!
அப்படியா?
என்று கேட்கிறீர்களா?

11.5 ஆவது பகுதி முடியும் பொழுது சொன்னதற்கு அதுதாங்க பொருள். அந்த மாதிரி மனதில் தெளிவாகப் பார்த்து நினைவுகூற நமக்கு "ஃபோட்டோகிராஃபிக் மெமரி" ஒளிப்பட நினைவாற்றல் தேவை. அதை எப்படி வளர்ப்பது என்று ஒரு உதாரணம் மூலம்... இல்லை இரு உதாரணங்கள் மூலம் காணலாம்... இருமீன்கள் அவையே!

குறிவைத்து அடி... புத்தகத்தில் கேள்விகளை குறிவைத்துப் படிப்பதைப் பற்றி எழுதிக்கொண்டு இருக்கிறோம். நண்பர்களே இருப்பது இருபத்திரண்டு வருடம் தள்ளி என்றாலும் பழைய ஞாபகத்தை புதிய தலைமுறைக்குக் கொஞ்சம் பயன்படும் வகையில் பேக்கேஜ் செய்து தருவதற்காக யு.பி.எஸ்.ஸிக் கேள்விகளை சல்லடையில் கொட்டி சலித்தெடுக்கின்ற முயற்சியில் இரண்டு கேள்விமீன்கள் வசமாகச் சிக்கின. ஏனென்றால் இரண்டுமே கேள்வி எண்.31 ஒன்று வருடம் 2014இல் இன்னொன்று 2015 இல். இரண்டு கேள்விகளுமே புவியியல் பாடத்தில்... நாம் அதிகமாக அறிவியல் பாடக் கேள்விகளையே ஆராய்ந்து கொண்டிருந்தோம்... சிலந்தி... ஜீன் எடிட்டிங்... சைக்ளோட்ரான் என்று... இதோ புவியியல் பாடக் கேள்வி. சுமாராக 25 கேள்விகள் புவியியல் சார்ந்து ஒவ்வொரு வருடமும் வரும். அதில் சில மேப்புகளைக் குறித்து இருக்கும். ஏற்கனவே வெப்பமண்டலக் காடுகளைப் பார்த்தோம் அல்லவா...

12.2. இங்கே வந்த இஸ்தான்புல்

இங்கே இருக்கிற இரண்டு கேள்விகளும் நாம் ஏற்கனவே பலமுறை பார்த்த மேப்பில் இருந்துதான் வந்துள்ளது. பார்த்த உடனே... பிடிச்சுப் போயிடாது பார்க்கப் பார்க்கத்தான் பிடிக்கும் என்று தனுஷ் ஹீரோவாக நடித்த படத்தில் மிகப்பிரபலமான வசனம் ஒன்று உண்டு. அதைப்போல... இந்தக் கேள்விகளுக்கு சரியான பதில்தர வேண்டும் என்றால்... இது மாதிரியான ஒன்றிரண்டு கேள்வி களை நாம் முன்பே பயிற்சி செய்து பார்த்துவிட வேண்டும். ஒரே விஷயத்தைப் பல கோணங்களில் கேட்கலாம். பார்க்கலாம் என்று நிரூபிக்கப் பயன்படுகிறது இந்த இரண்டு கேள்விகளும்...

UPSC *2014.* கேள்வி எண். *31* preliminary

துருக்கி நாடு பின்வருகின்ற இரு நீர்ப்பரப்புக்களின் மத்தியில் அமைந்துள்ளது

(a) கருங்கடல் மற்றும் காஸ்பியன் கடல்

(b) கருங்கடல் மற்றும் மத்திய தரைக்கடல்

(c) சூயஸ் வளைகுடா மற்றும் மத்திய தரைக்கடல்

(d) அக்வபா வளைகுடா மற்றும் இறந்த கடல்.

துருக்கியில் சமீபத்தில் ஒரு செய்தி அடிபட்டது. அங்கே உள்ள சௌதி அரேபிய தூதரகத்தில் காஸோகி (Jamal Ahmad Khashoggi) என்கிற ஒரு சௌதி பிரஜையை... காணாமல் அடித்துவிட்டார்கள் என்று துருக்கித் தலைநகர் இஸ்தான்புல்... பல ஜேம்ஸ்பாண்ட் படங்களில் மிக அற்புதமாகக் காட்டப்படும். அப்படிப்பட்ட துருக்கி எங்கே மிகச்சரியாக அமைந்துள்ளது? என்று உற்றுப்பார்த்தால் கூட அங்கே இருக்கிற நீர் நிலைகளை கண்ணுக்குள்ளே வைத்திருந்தால் தான் இப்படி ஒரு கேள்விக்குப் பதில் எழுத முடியும். அப்படி இல்லாவிட்டால்... ஸ்ஸ்ஸ்... அடக்கடவுளே!

மிக அருகில் சென்று விட்டுவிட்டேனே என்று சில நூறு கி.மீ தூர இடங்களை மிக்ஸ் அப் செய்ய நேர்ந்துவிடும் நண்பர்களே.

மேலே உள்ள ஆப்ஷன்களில் கருங்கடலும் இறந்த கடலும் ஒன்றா? இறந்து போனால் கருப்பு நிறத்தை அணிந்து துக்கம் காட்டுகிறோமே? அதில் உள்ள அக்வபா - அக்காபா (Aqaba) வளைகுடா எங்கே இருக்கிறது? இறந்த கடலா? சாக்கடலா? எது சரி? என்றெல்லாம் சில கேள்விகள் எழும். இதற்காக நாம் வரைபடங்களை எடுத்துத் தேடினோம். நீங்களும்! தேடலாம்! தேடுவது தெரிகிறது!

இஸ்ரேலின் இறந்த கடலுக்கு நேராகச் சென்று குளித்து... மிதந்து திரும்பிய அனுபவத்தையும் இங்கே பகிர்ந்துகொள்ள வேண்டும். இந்தக் கடல் உயிரோடு இருந்த போது உள்ளே வந்துகொண்டு இருந்த நீர் ஆவியாகி அதன் உப்புக்கள் அதிகமாகி... (தண்ணீரே கிரீசு (Grease) மாதிரி இருக்கிறது... கெட்டியா) இப்படியாக அந்த இஸ்ரேல் பாலைவனப் பகுதி வழியாகப் போய் ஒரு தகிக்கும் பிற்பகல் வேளையில்... க்ரூடு (crude) ஆயில் போல இருந்த கடல் நீரில் மிதந்து வந்தது ஒரு தனித்தன்மையான அனுபவம்...

அக்கபா வளைகுடா... செங்கடல் மீது இரண்டு நத்தைக் கொம்பு போல நீண்டிருக்கின்ற ஒன்று... கிழக்கேயுள்ள சிறிய குடா. மேற்கே உள்ள கொம்புதான் சூயஸ் வளைகுடா. சூயஸ் கால்வாய் திறந்த வருடம்... 1869இல் திறக்கப்பட்டது. அந்த வருடத்தை மறந்துவிடலாகாது. அதைப்பற்றிப் பிற இடங்களில் பிரமாதமாக எழுதிப் பேசப்பட்ட நினைவுகள் உள்ளன. இவையெல்லாம் இப்படியிருக்க... ஃபிரண்ட் லைன் போன்ற மாதாந்திர பத்திரிகைகளில் தி இந்து போன்ற அன்றாட நாளிதழ்களில் ஒரு சிறு பெட்டிக்குள் சின்ன மேப்புக்கள் அவ்வப்போது வெளியிடப்படும். அவற்றைக் கொஞ்சம் கூர்மையாகப் படித்தாலே... இந்த மாதிரி நூறு கேள்விகளை நொறுக்கியடிக்கலாம்.

12.3. மேப் ரீடிங்

UPSC 2015 Prelims Question 31.

கீழ்க்கண்ட மாநிலங்களில் ஒரு இந்திய மேப்பில் எது கிழக்குக் கடைசியிலும், மேற்குக் கடைசியிலும்... அமைந்திருக்கும்?

(a) அஸ்ஸாம் மற்றும் இராஜஸ்தான்
(b) அருணாச்சலப் பிரதேசம் மற்றும் இராஜஸ்தான்
(c) அஸ்ஸாம் மற்றும் குஜராத்
(d) அருணாச்சலப் பிரதேசம் மற்றும் குஜராத்

மேற்கண்ட கேள்வியைப் பாருங்கள்... ஆச்சரியமாக இருக்கும். ஏற்கனவே இது மாதிரியான ஒரு கேள்வியைப் பார்த்த நண்பர்கள் தவிர பஞ்சாப்... இராஜஸ்தான்... ஜம்மு அண்ட் காஷ்மீர் என்று யோசித்துக் கொண்டே இருப்பார்கள். குஜராத் மாநிலத்தில் கட்ச் வளைகுடாவிற்கும் மேலுள்ள பூஜ், அதற்குக் கீழே உள்ள துவாரகை... இந்த இடங்கள் தான் மேற்குக் கோடியில் இருக்கின்றன என்று சொல்ல இயலும்.

எப்பொழுது...

மீண்டும் ஒருமுறை இப்பொழுது நாம் மேப்பைப் பார்ப்போமே யானால்...

அப்பொழுதுதான்.

அப்படியே கிழக்குப் பக்கம் போகலாம் வாருங்கள். அருணாச்சலப் பிரதேசம்... அஸ்ஸாம் மாநிலத்தை அப்படியே சுற்றிப் படர்ந்து மூடிக் கொண்டு உள்ளது. அதனால் அஸ்ஸாமின் தீன்சுகியா மாவட்டத்தைத் தாண்டி அருணாச்சலத்தின் அஞ்சாம் மாவட்டம் இருப்பதை மேப் மூலம் நாம் தெரிந்து கொள்ளலாம்.

இதைப் போலவே தமிழ்நாட்டுக்குள்ளும் மேப்பில் எந்த இடத்தில் கோதையாறு இருக்கிறது எந்த இடத்தில் புலிக்காட் ஏரி இருக்கிறது என்றெல்லாம் துல்லியமாக குறிக்கத் தெரிந்திருந்தால் குறிவைத்து அடிக்க மிகவும் உதவிகரமாக இருக்கும். இப்பொழுது இரண்டு கேள்விகளுக்கும் சரியான விடை எது என்று சரியாகக் குறிவைத்து அடித்துச் சொல்ல வேண்டிய நேரம். துருக்கி கருங்கடலுக்கும் மத்திய தரைக்கடலுக்கும் இடையே அமைந்துள்ளது. ஆப்ஷன் (b) தான் சரியான விடை. அடுத்து 2015 ஆவது வருடக் கேள்வியில் (d) அருணாச்சலப் பிரதேசம் மற்றும் குஜராத் என்பதே சரியான விடையாகும். அருணாச்சலப் பிரதேசம் என்றால்... சூரியன் உதிக்கும் பகுதி என்று பொருள். அதை கிழக்கில் முதல் மாநிலம் என்று சொல்லாமல் சொல்வதை நாம் பெயர்க்காரணத்தை வைத்தே கண்டுபிடித்துவிடலாம்.

12.4. நல்லாப் படிங்க

செய்தித் தாள்களை உன்னிப்பாகப் படித்தால் நிறையக் கேள்வி களுக்கான பதில்கள் அவற்றுக்குள்ளே ஒளிந்திருப்பதைக் கண்டுபிடிக்க முடியும். இப்பொழுது மார்ச் 16.03.2019 இந்த காலம் பள்ளிகளில் தேர்வு நடைபெறும் பருவம். எல்லா வீடுகளிலும் குழந்தைகளைப் பார்க்கையில் "நல்லாப் படிங்க" என்று பெரியவர்கள் சொல்வதைக் கேட்க முடிகிறது. நல்லாப் படிப்பது? என்றால் என்ன? என்கிற கேள்விக்குத்தான் இப்படி விலாவாரியாக குறிவைத்து அடி! என்கிற புத்தகத்திலே விளக்கிக் கொண்டு உள்ளோம். இங்கொன்றும் அங்கொன்றுமாக ஒரு முன்னரே முடிவு செய்யப்படாத திட்டமிடல் இல்லாத ரேண்டம் வரிசையில் எடுக்கப்பட்ட கேள்விகளுக்கும், அதற்கான பதில்களுக்கும் கட்டுப்பாடில்லாத வகையில் படைக்கப் பட்டுள்ள இந்தப் புத்தகம் மூலம்... உலகில் மிக சிக்கலானது என்று கருதப்படக்கூடிய இந்திய ஆட்சிப்பணித்தேர்வுக்கு நம்மை நாமே தயாராக்கிக் கொள்வது எப்படி என்றும் சொல்ல வேண்டும்.

பொதுவாக இத்தேர்வுக்குரிய எல்லா பாடத்திட்டங்களையும் படித்து முடிக்க வேண்டியதில்லை. நாம் படித்ததை சிறப்பாகப் படைத்து அளித்தாலே போதும்.

12.5. இந்தப் புத்தகம் யாரைக் குறி வைக்கிறது

அது மெய்ன்ஸ் தேர்வுக்கு.

பிரிலிமினரியில் கேள்விகளை ஆராய்ந்து முதல் சேப்டரில் சொன்ன ஆறு வகைகளில் படித்தால் போதும். இந்தப்புத்தகம் தேர்விற்குத் தயாராகிறவர்களைத் தவிர, இனிமேல் தேர்வு எழுதுபவர்கள், மற்ற பிற தேர்வு எழுதுபவர்கள், தேர்வு எழுதுபவர்களின் நலம் விரும்பிகள் இந்தக் கேட்டகிரியில் அம்மா, அப்பா, அக்கா, தங்கை, நண்பர்கள், ஆசிரியர்கள், பயிற்சியாளர்கள், பயிற்சி மையங்கள் நடத்துவோர், பயிற்சி பெறுவோர் என சகலரையும் உள்ளே கொண்டுவந்துவிடும். இவர்களைத் தவிர தேர்வு எப்படி நடக்கிறது என்னதான் கேட்டிருப் பார்கள் என்று தெரிந்து கொள்ள விரும்புபவர்கள், தேர்வோடு சம்பந்தமே இல்லை என்றாலும் கூட பொது அறிவை வளர்க்கலாம் என்று நினைப்பவர்கள், குறிப்பாக படிக்க அஞ்சுபவர்களைக் கூட குறிவைத்து எழுதப்பட்டுள்ளது. இந்நூல் ஏதோ... படிப்பு சமாச்சாரம் என்று விட்டுவிடாமல்... வாழ்வின் எல்லாப் பாதைகளில் பயணிப்பவர் களையும் அறிவுப் பாதையில் அவரவருக்கு வேண்டிய பொது அறிவுப் பொன்மலரைச் சூட்டி மகிழவும் கண்டு நெகிழவும் உதவும் நோக்கமே இப்புத்தகம்.

12.6. கோடு போட்டு ரோடு போட்டு

ஆறு படிநிலைகளில், நான்காவது, புத்தகத்தை மூடி வைத்துவிட்டுக் கற்பனை செய்வதாகும். கற்பனை செய்து பாருங்கள் பல பாதைகளில், என்று மேலே எழுதியிருந்தோம். பாதை என்றால் சாலை சாலைகளில் பெரியது நெடுஞ்சாலை. இன்று 17/3/19இல் BRI என்று சாலை குறித்த ஒரு நல்ல கட்டுரை ஒன்று. இந்து ஆங்கில நாளிதழில் வந்துள்ளது. என்ன அது BRI? அதைச் சொல்லும் முன்பு, சாலை குறித்த UPSC கேள்வியைச் சொல்லி விடுவோம். பொதுவாக யார் இந்தப் புத்தகத்தைப் படிக்கலாம் என்று ஆரம்பித்து... பாருங்கள்... உங்களை ரோட்டுக்குக் கொண்டு வந்துவிட்டோம். கவலைப்பட வேண்டியதில்லை...

இந்த ரோடுதான் வெற்றிக்குப் போகும் ரூட்டு! (Route)
உங்கள் கல்வி மரத்தின் ரூட்டு ! (Root)...
இப்படியாக... இதோ... நாம் பார்க்க வேண்டிய பாதைகள்.
கேள்வி எண். 77, UPSC Preliminary 2014

கீழ்க்கண்ட இணைகளைப் படித்துப் பாருங்கள்

தேசிய நெடுஞ்சாலை எண் இணைக்கப்படும் நகரங்கள்

1. NH4 = சென்னை மற்றும் ஹைதராபாத்

2. NH 6 = மும்பை மற்றும் கொல்கத்தா

3. NH 15 = அஹமதாபாத் மற்றும் ஜோத்பூர்

மேற்கண்ட இணைகளில் எந்த ஜோடி சரியாகப் பொருந்தி உள்ளது.

(a) *1* மற்றும் *2* மட்டும்

(b) *3* மட்டும்

(c) *1,2* மற்றும் *3*

(d) ஏதுமில்லை

12.7. லாஜிக் மேஜிக்

இந்தக் கேள்வியில் கண்ட NH4 ன் மறு பெயர் ATR ஆகும். ATR என்றால் அலுவலகங்களில் வேலை செய்பவர்கள் ஏக்சன் டேக்கன் ரிப்போர்ட் (Action Taken Report) என்று சொல்வார்கள். ஏ.டி.ஆர் என்று ஒரு ஃபிரான்ஸ் தேச விமான கம்பெனியும் உள்ளது. ஆனால் நாம் மேலே பார்த்த NH 4 என்பது அந்தமான் ஃட்ரங்க் ரோடு ஆகும். இது 230.7 km நீளம் உள்ளதாகும். இதுதான் அந்தமான் மக்களின் உயிர்நாடி (Lifeline) என்று சொல்கிறார்கள். வாழ்க்கைக் கோடு என்று மொழி பெயர்க்கவில்லை.

அன்பு கூர்ந்து கவனிக்கவும், மூன்று சாலைகளில் முதல் சாலை தவறு என்று தெரிந்தது. இன்னும் இரண்டு சரி பார்க்க வேண்டும். இப்படித் தேடித் தேடி படிக்கும்பொழுது எவ்வளவு உற்சாகமாக இருக்கின்றது. இந்த ஒரு ஏ டி ஆர் தகவலை வைத்தே (a) மற்றும் (c) என்று இரண்டு பதில்கள் சரியல்ல என்று முடிவு செய்துவிடலாம். இன்னொரு சாலை மட்டும் தெரிந்தாலே மீதமுள்ள இரண்டு பதில்களில் எது சரி என்று கண்டு பிடித்துவிடலாம். எவ்வளவு நேரம் மிச்சமாகிறது பாருங்கள். யு.பி.எஸ்.ஸி தேர்வு எழுதுவதற்கு சமயோஜிதமும் பயனாகிறது லாஜிக் நிறையப் பயன்படுகின்றது.

எந்த நேரத்திலே... முன்சொன்ன வரியை எழுதினோமோ தெரியலை... லாஜிக் நிறையவே இந்தச் சாலைக் கேள்வியில் யூஸ் ஆனது. அடுத்து NH 6 பற்றித் தேடினால்... அது சூரத்திலிருந்து கொல்கத்தா போவதாகச் சொல்லியது. மும்பை அருகே சூரத் இருப்பதால் வாகனங்கள் இந்த வழியாகவும் செல்லலாம். பழைய பெயர் NH 6 புதுப் பெயர் வேறு எண்கள் என்று நம்பர்களை மாற்றியும்

வழி சொல்லியிருந்தார்கள். ஆனால் பதில் ஆப்ஷன்களில் இரண்டு சரியாக இருக்க வாய்ப்பு இல்லை என்று சொல்லாமல் சொல்லி உள்ளார்கள் கவனித்தீர்களா? இதைக் கேள்வி செட் செய்வோர் தருகின்ற 'க்ளூ' ஆக நினைத்து உதவிக்கு எடுத்துக்கொள்ள வேண்டும். மும்பையிலிருந்து சூரத் போய்... என்று நீட்டி முழக்கி யோசிக்கக் கூடாது என்று புரிந்து கொள்கிறோம். அடுத்த NH 15 ஐ பார்த்தால் அது வட கிழக்கு இந்தியாவில் இருக்கிறது ஆனால் பதிலில் மேற்குப் பக்கமாகக் கொடுத்து இருந்தார்கள். எனவே இந்த 77 ஆம் கேள்விக்கு விடை (d) என்பதைக் கண்டறிகிறோம்.

12.8.பளபளக்கும் பட்டுச் சாலை (சேலை அல்ல)

இப்படியாக சாலைகளைப் பற்றிப் படித்த பிறகு BRI என்றால் என்ன? என்று கேட்டிருந்தோமே! அதன் பொருளைச் சொல்வதன் மூலமாக நாம் உலக வரலாற்றைப் பற்றியும் சீன வரலாற்றைப் பற்றியும் பட்டின் வரலாற்றைப் பற்றியும் பட் பட் என்று தெரிந்துகொள்ள உள்ளோம். இன்றைய பன்னாட்டு நிறுவனங்கள் ஆன யூரோப்பியன் யூனியன் (European union) BRI குறித்து என்ன சொல்லியுள்ளது? என்றும் தெரிந்துகொள்ள உள்ளோம்.

BRI என்றால் இனிமேலும் தாமதிக்காமல்... Belt and Road Initiative என்று சொல்ல வேண்டும். சீனாவின் தற்போதைய தலைவர் ஷி ஜின்பிங்... இந்தத் திட்டத்தை செயல்படுத்துவதில் முனைப்புக் காட்டுகின்றார். ஆசியாவில் உள்ள பல நாடுகளைக் கடந்தும்... ஐரோப்பா வரை நீளுகின்ற சாலை வழிதான் இந்த BRI என்பது ஆகும். சீனா எதிர்பார்ப்பது என்ன? என்றால் கடல் மற்றும் தரை மார்க்கமாக... தென்கிழக்கு மற்றும் மத்திய ஆசியா, மேற்கு ஆசியா, ஐரோப்பா, ஆப்பிரிக்கா ஆகிய இடங்களை ஒரு கட்டமைப்பு வலையமைப்பாக இணைப்பதுதான் BRI பழங்காலத்தில் இருந்த பட்டுச் சாலையைப் போல இது அமையும் என்று எதிர்பார்க்கப்படுகின்றது. இந்தத் திட்டத்தில் இத்தாலி நாடு சமீபத்தில் சேருவதாகச் சொல்லி உள்ளது. இத்தாலியில் நிறைய பணம் முதலீடு செய்ய சீனா திட்டமிட்டுள்ளதாக செய்தி. இந்தத் தகவல் கேட்டு அமெரிக்கா தனது முக்கியத்துவம் குறைந்து விடுமே என்று குமுறுவதாகவும், யூரோப்பிய யூனியன், தான் இத்தாலிக்குக் கொடுத்த கடன்களை திருப்பிக் கேட்டால் இத்தாலி கடன் கண்ணிக்குள் (Debt Trap) மாட்டிக்கொள்ளும் என்று எச்சரித்துள்ளது. சீனப்பெருஞ்சுவர் இருந்த காலந்தொட்டு, பட்டுச் சாலை இருந்திருக்கிறது. கிறிஸ்து பிறப்பதற்கு இருநூறு வருடம் முன்பு பட்டுச் சாலை இருந்திருக்கிறதாம். ஹன் வம்ச அரசர்கள் காலத்திலே பட்டுச் சாலையின் ஆரம்பம் சொல்லப்படுகிறது. தமிழ்நாட்டில் காவேரிப்பட்டிணம்,

அரிக்கமேடு ஆகிய இடங்களில் கூட சீன வணிகர்கள் பயணித்த அடையாளங்கள் காணப்படுவதாக இணையதளம் சொல்கிறது. அப்படிப்பட்ட பட்டுப் பாதையை சீனா புதுப்பிக்க முயல்வதில் பாகிஸ்தான் பக்கமாகவும் செல்வது குறித்து இந்தியா சில மாற்றுக் கருத்துக்கள் தெரிவித்து வருகிறது. BRI குறித்த கேள்விகள் UPSC யிலும் வந்தவண்ணம் இருக்கின்றன. சீனா 2017இல் நடத்திய BRI மாநாட்டை இந்தியா புறக்கணித்தது. சீனாவின் புவியரசியல் (geopolitical) விருப்பங்களை நிறைவேற்றிக்கொள்ளும் பாதையாக BRI பார்க்கப் படுகிறது.

நண்பர்களே! மேற்கண்ட சில பத்திகளில் இரண்டு சொற்களைப் 'பரிமாறும் போது' (கருத்து விருந்துதானே இந்தப் புத்தகத்தில் பந்தி வைத்துப் பரிமாறப்பட்டிருக்கிறது) மிகுந்த மகிழ்ச்சியாக இருந்தது அது ஏனென்றால்... புத்தம் புதிதாக பன்னீர் ரோஜா இதழ்களை விரிப்பது போல மூளைக்குள் இருந்து அந்தச் சொற்கள் இதயம் தொடும் வாசனையோடு முகிழ்க்கும் பொழுது... ஒரு பரவசம் இல்லாமல் போய்விடுமா?

எவை அந்த இரு சொற்களும்? என்று நீங்கள் கேட்கலாம். இது என்ன ரொமான்டிக் கவிதைப் புத்தகமா? அல்லது தொட்டுப் பேசுகிற சப்ஜெக்ட்தான் மோதலா? இங்கே ஏது எமோஷன்/ என்று நீங்கள் கேட்கலாம்!

தொடருங்கள் பார்க்கலாம்...

பிரிவு : 13
அந்தமானைப் பாருங்கள் அழகு

13.1. சொல்லிலடங்கா நன்மை:-

பிரிவு 5.2.க்குள்... சைக்ளோட்ரான் குறித்துப் பார்த்த பொழுது... நாம்... பாண்டியன் சாரை அறிமுகப்படுத்தி இருந்தோம். இந்த 13 ஆம் பிரிவில் அவரை சந்திக்க உள்ளோம். அவர் எங்களது கால்நடை மருத்துவ இளங்கலை பட்டப்படிப்பில் பயோகெமிஸ்ட்ரி பேராசிரியராக பாடம் சொல்லித்தந்தவர். நம் எல்லோருக்கும் இவரைப்போல பல உன்னதமான, ஸ்டைலான பேராசிரியர்கள் இருப்பார்கள்.

அவர்கள் எல்லோரையும் நினைவு கூறுவதற்குத்தான் பாண்டியன் சாரைப்பற்றி... நீளமாக பில்ட் அப் கொடுத்து வந்தோம். சார் இப்பொழுது ஓய்வு பெற்ற பின்பும்... தன் கல்விச் சேவையை அற்புதமாகத் தொடர்ந்து வருகிறார்... மனதளவில் பயோ கெமிஸ்ட்ரியை நினைத்தால்... அவர் பாடம் எடுக்க வருவார் இல்லையா?

அவர் நம்மை சப்ஜெக்டை நேசிக்கக் கற்றுத்தந்தவர்களில் ஒருவர்...

'கருத்து விருந்து' பரிமாறுவது குறித்துப் பேசிக்கொண்டு இருந்தோம். இரு தமிழ்ச்சொற்களைக் குறித்துக் கேட்டிருந்தோம்... வாருங்கள் தொடர்வோம்...

சப்ஜெக்டை நேசிக்கும் பொழுது சகலமும் மலர்களாகும்! சொற்களில் தேன் சொட்டும்! காதுகளில் செந்தமிழ்த்தேன் பாயும்! நம் நண்பர்கள் பலர்... ஏன் நீங்கள் ஆங்கிலத்தில் புத்தகங்கள் எழுதவில்லை... என்று கேட்பதுண்டு! நாங்களெல்லாம் எப்படிங்க படிக்கிறது? என்று மொழி தெரியாதவர்கள் விருப்பத்தோடு கேட்கும் பொழுது! இப்படித் தமிழ் சொட்டும் இனிமையை அனுபவிப்பது எழுத்துப் பிறக்கும் பொழுது எழுச்சி பிறப்பது! எல்லாமே ஆங்கிலத்தில் என்றைக்கு நடைமுறை சாத்தியமாகும் என்று தோன்றுகிறதோ அன்றைக்கு இங்கிலீஷில் இயற்றுவோம்... அதுவரை தமிழ்மூலம் தவழ்வோம் என்றுதான் இப்படி எழுதுகிறோம்... மீண்டும் எம்மொழியில் படித்தாலும்... தாய்மொழியில் மொழிபெயர்க்கும் பொழுது... தமிழ்மொழியில் அச்சொல்லை ஒலிபெயர்க்கவோ...

பொருள் பெயர்க்கவோ செய்யும் முயற்சியில் சொல்லிலடங்கா நன்மைகள் பிறக்கிறது.

இத்தகைய டிப்ஸைக் (Tips) கொடுத்த பிறகு... அந்தச் சொற்களை நீங்கள் சொல்லவே வேண்டாம் நாங்களே இந்நேரம் கண்டுபிடித்துக் கொண்டோம் என்று சொல்கிற நண்பர்களுக்கு நன்றி... இருந்தாலும் இன்னும் நமக்காகக் கண்டுபிடிக்காமலோ... அல்லது சரி பார்க்கவோ? காத்து இருக்கின்ற நண்பர்களுக்காக...

1. Debt Trap - கடன் கண்ணி
2. Geopolitical - புவியரசியல்

இவ்விரண்டு சொற்களும்... நெஞ்ச நிறைவு அளித்தன.

கொஞ்ச நேரம் முன்பு அந்தமான் நிக்கோபார் தீவுகளின் உயிர்நாடி என்று NH4 ஐப் படித்தோம்...சரி...அடுத்தக் கேள்வி அறிவியலுக்குள் போய் காற்றாட...காலாற நடப்பதால் என்ன விட்டமின் கிடைக்கும்? அது எங்கே உருவாகிறது ? என்றெல்லாம் படிப்போம் என்று தேடும் பொழுது மீண்டும் ஒரு புவியியல் கேள்வி... அதுவும் அந்தமான் கேள்வியே கிடைத்தது...

13.2. மஞ்சள் வெயில் மாலை

இதோ கொஞ்சம் சிரமம் பார்க்காமல்... சிரம்... ஏற்றுக் கொள்ளுங்கள்... அதற்குப் பிறகு... மஞ்சள் வெயில் மாலை. இதோ என்கிற மாலைப்பொழுதில் நடப்பவர்களுக்குக் கிடைக்கும் விட்டமின் பற்றிப் (இப்பொழுதே நிறையப் பேர் கண்டு பிடித்திருப்பீர்கள் ஆனால் கேள்வி வேறு) பார்ப்போம். முதலில் கேள்வி...அந்தமான் கேள்வி.

கேள்வி எண்.83 UPSC preliminary 2014 கீழ்க்கண்ட எந்த ஜோடித் தீவுகள்...பத்து டிகிரி நீர்த்தடம் (Channel) மூலமாகப் பிரிக்கப்பட்டுள்ளன?

(a) அந்தமானும் நிக்கோபாரும்

(b) நிக்கோபார் மற்றும் சுமத்ரா

(c) மாலத்தீவுகள் மற்றும் இலட்சத்தீவுகள்

(d) சுமத்ரா மற்றும் ஜாவா தீவுகள்

ஆறு டிகிரி நீர்த்தடம் இந்தியாவின் நிக்கோபார் தீவுகளுக்கும் இந்தோனேஷியாவைச் சேர்ந்த சுமத்ரா தீவுகளுக்கும் இடையே அமைந்துள்ளது. ஒன்பது டிகிரி சானல் மினிகாய் தீவுக்கும் லட்சத்தீவுக்கும் இடையே உள்ளது. லட்சத் தீவும் மாலத்தீவும் எட்டு டிகிரி சானலால் பிரிக்கப்பட்டுள்ளது. சுமத்ரா மற்றும் ஜாவா

தீவுக்கிடையே சுந்தா ஜலசந்தி இருக்கிறது. இந்த ஒரு பாராகிராஃப் எழுதுவதற்குள் Bay என்றால் விரிகுடா. கல்ஃப் Gulf என்றால் வளைகுடா, ஸ்ட்ரெய்ட் என்றால்... ஜலசந்தி... என்று சிலபல சொற்களை... கொஞ்சம் முன்னரே... காதில் கேட்ட சொற்களை வைத்து மொழி பெயர்த்தோம்.

இப்படியாக நாம் புவியியலுக்குள் மீண்டும் நுழைந்து டிகிரி வாங்குகிற அளவிற்கு டிகிரி டிகிரியாகப் படித்து டென் டிகிரி சானல் அதாவது (a) தான் கேள்வி எண். 83 க்கு சரியான பதில் என்று கண்டு கொள்கிறோம். இப்படிப்பட்ட கேள்விக்கெல்லாம் நாம் நிச்சயமாக ஒரு நல்ல அட்லஸ் மேப் புத்தகம் வாங்கி வைத்துக் கொள்வது மிகவும் உசிதம்.

சரி இப்போது... நாம் ஆவலுடன் எதிர்பார்த்துக் காத்து இருந்த இரண்டு பேராசிரியர்களில் முதலாவதாக வந்த பாண்டியன் சார்... சொல்லும் தகவல் தொடர்பான, விட்டமின் கேள்வி... வழக்கம் போல... நாம். UPSC கேள்வியோடு இந்தத் தகவலையும் ஒட்ட வைத்தால்தானே சூரிய ஒளியால் தோலின் மேற்பரப்பில் விட்டமின் D pro - முன்னோடி விட்டமின் டி ல் இருந்து pre - என்கிற முன் விட்டமின் D ஆக மாறுவது போல... நாம் தெரிந்து கொள்ள உள்ள தகவல் UPSC ல் கேட்கப்பட்டது என்கிற tag அடையாள அட்டை மாட்டப்பட்ட உடனே... அது நம் நினைவு சேமிப்பகத்தில் ஒரு கௌரவமான இடத்தில் உட்கார வைக்கப்பட்டுவிடுகிறது.

இப்படியே கேள்விகளைக் கண்டறிந்து, தொட்டுணர்ந்து, துவைத்து, அடித்துப், பிரித்து, தரமுத்திரையிடப்பட்டு, குலுக்கிப் போட்டு... இருபது வருஷம் முன்பு... எந்தக் கேள்வியைப் பார்த்தாலும்... அதே மாதிரியான கேள்வி எந்த வருஷம் வந்தது என்று கிட்டத்தட்ட சரியாக அடையாளம் சொல்லிவிடும் அளவு படித்து வைத்திருந்தோம். இப்பொழுது அந்த லெவெலுக்கு அப்படியே விளக்கி எழுத, முடியவில்லை... என்றாலும் அந்தக் காலத்தில் என்ன செய்திருப்போம் என்று யூகித்து அறிந்து கொள்ள வைக்கும் அளவு எழுத முடிகிறது.

13.3. பாண்டியன் சார் அறிமுகம்

நாம் கல்லூரியில் படித்தது கால்நடை மருத்துவம். அதில் திரு.பாண்டியன் சார் முதலாமாண்டு பயோ கெமிஸ்ட்ரி பாடம் எடுக்க வருவார். இவர் ஒரு ஸ்டைலான புரபெஸர்... கடகடகடவென பேசுவார்... உயிர் வேதியியல் மீது உயிரையே வைத்திருந்தார். எங்களது கல்லூரி கரும்பலகை பச்சை நிறத்தில் இருக்கும். அது சுமார் ஐந்து அடிக்குப் பன்னிரெண்டு அடி செவ்வகம் இருக்கலாம். அது

நிறைய சமன்பாடுகளை... எழுதிக்கொண்டே போவார். விட்டமின்கள் எல்லாமே அரோமேட்டிக் காம்பவுண்டுகள் அதாவது பென்சீன் ரிங் கொண்டவை.

நண்பர்களே உங்களில் வேதியியல் வேப்பங்காயாக நினைப்பவர்கள் இருந்தால் மன்னிக்கவும். 199 மதிப்பெண்கள் 12 ஆவதில் எடுத்ததில் இருந்து அந்தப் பாடம் உயிர்ப்பாடமாகிவிட்டது. பென்சீன் ரிங் என்றால் எண்கரம். தேன்கூட்டில் செல்கள் இருக்குமே அந்த வடிவம் என்று வைத்துக்கொள்ளலாம். அதை ஒன்றின் பக்கம் ஒன்றாய் மேலும் கீழுமாய் ஒட்டவைத்து சில்லறையாகச் சிதறவிட்டதுபோல...

அப்படிப்பட்ட ஒரு ஃபார்முலா... ஸ்ட்ரக்சர் தான் விட்டமின் D உடையது. நீங்களும் கூகுளில் சென்று பார்க்கலாம். சைக்ளோ பென்டனோ பெர்ஹைட்ரோ பினான்த்ரீன் ஸ்ட்ரக்சர் என்று சொல்வார்கள். பாண்டியன் சார் ஒவ்வொரு சொல்லாக... சொல்ல வைத்து பள்ளியிலிருந்து ஆங்கில மொழி சொல்லித்தரும்... ஆங்கில மொழியில் சொல்லித்தரும்... அதாவது மொழி முழுதும் தெரியாத நிலையில் அந்த மொழியைப் பயன்படுத்திச் சொல்லித் தரும் பாடத் திட்டமாகையால் ஒவ்வொரு சொல்லையும் பலமுறை சொல்லவைத்து கொலஸ்டிரால் உடைய பேஸிக் வரைபடத்தை மனதில் நிற்க வைப்பார்... இன்றைக்கு வரை அவரும்... கொலஸ்டிராலும் மனதிலேயே நிற்கிறார்கள். இனிமேலும் நிற்பார்கள்.

டக்டக் டக்டக் கடகட டக்டக்

என்று பாண்டியன் சார் பச்சைப் பலகை மீது மேற்சொன்ன சைக்ளோ... பினான்த்ரீன்... படங்களை வரைவதை... இன்னிக்கு விட்டாக் கூட உட்கார்ந்து பார்த்துக்கிட்டே கட்டங்கட்டமா... நோட்ஸ் எடுக்கலாங்க...

என்ன இது
பினாத்திறீங்க!
என்று கேட்டுவிடாதீர்கள்...
பினான்த்ரீன்

அது...உயிர் வேதியியல் அல்லவா... இப்படிப்பட்ட ஃபார்முலாவில் 1 முதல் 27 வரையிலான கார்பன் அணுக்கள் உள்ளன அதில் எங்கே என்ன இணைந்துள்ளது என்று சேர்த்துச் சொல்வது தான் வேதியியல் பழக்கவழக்கம்.

13.4. காலாற நடப்போம்

சூரிய ஒளி தோலில் பட்டதும் அங்கே டீஹைட்ராக்ஸி கொலஸ்டிரால் (அதாவது நாம கொல வெறியோடு பார்க்கும் அதே

கொலஸ்டிரால் தான்) கோலி கால்சிபெரால் ஆக மாறிவிடுகிறது. இதுதான் விட்டமின் D3. இந்த விட்டமின் D3... 1-25 Dihydroxy டைஹைட்ராக்ஸி விட்டமின் D3 ஆக கிட்னியில்தான் மாறுகிறது... அதுதான் 1,25 (OH)vit D3 - விட்டமின் D உடைய மிகவும் செயல்திறன் வாய்ந்த (Active) மூலக்கூறு ஆகும். ஆக நாம் கேட்ட கேள்விக்கு பதில்... தோல், ஈரல், சிறுநீரகம் போன்றவற்றில் விட்டமின் D3 உருவாகிறது. வெயில் இதற்கு முக்கியத் தேவை. சமீபத்தில் மார்ச் 2019 தினமணி நாளிதழில் திரு.நெல்லைமுத்து அவர்கள் எழுதிய கட்டுரை ஒன்றில்...

“உடற்பயிற்சியகத்தில் நிற்கிற சைக்கிள் மீது உட்கார்ந்தபடி ஓட்டுவதை விட உண்மையாக சைக்கிளில் அலுவலகம் செல்லலாம்”... என்று எழுதியிருப்பார். நன்றாக இருந்தது. காலாற நடந்து... அன்றாடப் பணிகளைச் செய்வதுபோல வாழ்க்கை முறையை மாற்றிக் கொண்டால் உடல் அவயங்கள் அவை அவை பாட்டுக்கு இயங்கும் என்பதைத்தான் ஆங்கில ஆய்வு முடிவுகள் கூட திரும்பத் திரும்பத் திரும்ப மெய்ப்பித்துவருகின்றன.

இது இருக்கட்டும் விட்டமின் தொடர்பான UPSC கேள்விக்குப் போவோம் வாருங்கள்.

கேள்வி எண். 17. ஆண்டு 2014 முதனிலைத் தேர்வு.

பின்வரும் ஜோடிகளைப் பரிசீலனை செய்து பாருங்கள்..

சில விட்டமின்களும் குறைப்பாட்டால் வரும் நோய்களும்

1. விட்டமின் C ஸ்கர்வி

2. விட்டமின் டி ரிக்கட்ஸ்

3. விட்டமின் E மாலைக்கண் நோய்

மேற்கண்ட இணைகளில் எவை சரியாகப் பொருந்தியுள்ளன?

(a) 1 மற்றும் 2 மட்டும்

(b) 3 மட்டும்

(c) 1,2 மற்றும் 3

(d) ஏதும் இல்லை

13.5 மஞ்சள் வெயில் வருகிறது

மேற்கண்ட கேள்வியைப் பொறுத்தவரையில்... பள்ளிபாடப் புத்தகங்களைக் கொண்டே சரியான பதில் (a) தான் என்று கண்டறிந்து எழுதிவிடலாம். அதற்கு முன்பே நம் அனைவரையும் திரு பாண்டியன் சாருடைய வகுப்பறைக்கு அழைத்துச் சென்றுவிட்டு திரும்ப,

"வேட்டையாடு விளையாடு" திரைப்பட பாடலில் இடம் பெற்றுள்ள, கவிஞர் தாமரை அவர்களது வரிகளுக்கேற்ப "மஞ்சள் வெயிலில்" நடமாட வைத்துவிட்டோம். ஹாரிஸ் ஜெயராஜ் இசையில் பாண்டியன் சார்... சமன்பாடுகளை எழுதும்பொழுது ஒரு சில சமயங்களில் எழுதிக் கொண்டிருந்த பேராசிரியர் ஒரு நிமிடம் எழுதுவதை நிறுத்திவிட்டு சற்றே சந்தேகத்தோடு போர்டையே பார்ப்பார்... எப்போதாவது அரிதாக இப்படி நிகழும்.

அப்படியே நிற்பார்...

சிலை போல...

பச்சைக் கரும்பலகையில் உள்ள ஓவியங்களை (பார்முலாக்களை) பார்த்துக்கொண்டே இருப்பார்...

ஒரு பத்து பதினைந்து செகண்டுகளில் பலகைக்குப் பின்னாலிருந்து கல்விக்கடவுள் சரஸ்வதியே சொல்லித்தந்தது போல,

சில கார்பன் அல்லது ஆக்ஸிஜன் அணுக்களை ஒன்றிரண்டாய் அங்குமிங்கும் தெளித்து... பிராணனூட்டுவார்... சமன்பாட்டிற்கு அட...

அதைப் பார்த்துக் கொண்டிருந்தவர்கள்... பாக்கியசாலிகள்!

13.6. அச்சமில்லை அச்சமில்லை

கொலஸ்டிராலின் ஃபார்முலா என்ன என்று யோசிப்பவர்களுக்காக அது... C27H460 அதாவது $C_{27}H_{46}O$ என்று தெரிவிக்கிறோம். வேதியியல் என்றால் அச்சப்படுவதோ... பயாலஜி என்றால் பயப்படுவதோ... கணிதம் என்றால் கண்கலங்குவதோ எக்கனாமிக்ஸ் என்றாலே விக்கலெடுப்பதோ? எதனால் ஏற்படுகின்றது என்று யோசித்துப் பார்த்தபொழுது...

"எந்த ஒரு செயலைச் செய்ய நாம் மிக அதிகமாகத்
தயங்கி அச்சப்படுகின்றோமோ? அதுதான்
பெரும்பாலும் நாம் அத்தியாவசியமாகச் செய்ய வேண்டிய
செயலாக இருக்கும்!"

என்று ஒரு பொன்மொழியை புலனத்தில் வரப்பெற்றோம்... (புலனம்-வாட்ஸ் அப்)

இன்னொரு முறை நாம் மீண்டும் மேற்கண்ட பொன்மொழியைப் படித்துப் பார்ப்போம்.

*****

படித்துவிட்டோமா...

தீபிகா சின்ன வயதில்... தீபம் ஏற்றுவதற்காக... தீப்பெட்டியை உரசப் பயப்படுவாள்... தீபாவளி என்றால் சொல்லவே வேண்டாம்... நீச்சல் அடிப்பதற்கு அஞ்சி... நீச்சல் குளத்தைச் சுற்றி கைக்குக் கிடைக்காமல் ஓடிய போக்குக்காட்டிய குழந்தை தீபிகா என்றும் கண்களில் ஓரமாக இருப்பாள்...

ஆனால்...இப்பொழுது ஒளியேற்றுகிறாள் நீரில் மீன்குஞ்சாகிறாள் எப்படி நேர்ந்தது

அஞ்சல் அறிந்திருக்கிறாள்... அது என்ன..?

போஸ்டல் முறையில் கற்றுக் கொண்டாள் என்று சொல்ல வருகின்றோமா? இல்லைங்க... வாய்ச்சொல் அது. அதைச் சொல்லும் முன்பு...

அச்சப்படுவதை வெல்வது அத்தியாவசியம் என்று சொன்னவர் யாரென்று பார்த்தோம் டிம்ஃபேரிஸ் என்று இருந்தது Tim Ferriss... இணையதளத்தில் சென்று தேடினால்... அவர் அமெரிக்கர் நம்மை விட இரண்டு வயது இளையவர்... சுய முன்னேற்ற பேச்சாளர், எழுத்தாளர்...

ஒரே மாதிரி செயல்களை ஒன்றாகச் சேர்த்துச் செய்யுங்கள்... பேட்ச் பேட்ச்சாக... (Batching) என்று யு ட்யூபில் பேசவும் கேட்டோம்... இப்படி அவ்வப்போது ஊக்கமூட்டும் சொற்களைப் பார்ப்பது நாம் படிக்க உதவியாக இருக்கும்... உற்சாகம் இருக்கும்.

13.7. வள்ளுவர் அச்சத்தைப் பிரிக்கிறார்

திருவள்ளுவர் தராத ஊக்கமா?

அவர் இப்படி அச்சப்பட வேண்டியதையே... அச்சமின்றி செய்வது குறித்து ஏதாவது சொல்லியிருக்கிறாரா?

எப்படிச் சொல்லாமல் இருப்பார்?

அஞ்சுவது அஞ்சாமை பேதைமை அஞ்சுவது

அஞ்சல் அறிவார் தொழில்-

குறள் எண் 428. அதிகாரம் 43. அறிவுடைமை

என்கிற குறளைப் பாருங்கள். அச்சப் படவேண்டிய விஷயங்களுக்கு அச்சப்பட்டுத்தான் ஆக வேண்டும் என்று முதல்வரியில் சொல்லிவிட்டு இரண்டாவது வரியில் அஞ்சல் அறிவார்... தொழில் என்று பயத்தைப் பற்றி - எப்படி பயப்பட வேண்டும் என்று தெரிந்து கொள்ள வேண்டும் என்கிறார்.

அட நீங்க வேற

எப்படிப் பயப்படுவது?

என்று

எப்படீங்க தெரிஞ்சுக்க முடியும்?

சரியான கேள்விங்க!

அதான்!

நாமே பயத்தில் இருக்கிறோம்! அப்புறம் எப்படி நாம பயப்படுவது உண்மையிலேயே பயப்பட வேண்டிய பொருள் என்று எப்படித் தெரிந்து கொள்வது?

இதோ சொல்கிறோம்ங்க.

13.8 பணத் தத்துவம்

இன்னொரு சமீபத்தில் கேட்டு இரசித்த பேச்சாளினியைக் குறித்துச் சொன்ன பிறகு.

யாருங்க அந்தப் பேச்சாளினி

எமிலி லெவைன் (Emily Levine) (23.10.1944 to 3.2.2019) என்பவர்.

"எம் பணம் பணம் எம் பணம் பணம் எம் பணம் உன் பணம்

உம் பணம் பணம் உம் பணம் பணம் உம் பணம் என் பணம்"

என்றொரு... தமிழ்த்திரைப்படப் பாடல் உண்டு...

அதில் உன் பணம்தான் என் பணம் என்று சொல்வது போல ஒரு நகைச்சுவைக் காட்சி உள்ளது. ஏழையின் சிரிப்பில் *(2000)* என்கிற பிரபுதேவா நடித்த படத்தில் ரி. சுபாஷ் அவர்கள் எழுதிய பாடல். என் பணம் உன் பணம் என்றால் நான்தான் நீ, என்று கூட அர்த்தம் கொள்ளலாம். ஜீவாத்மா பரமாத்மா கான்செப்ட்: கொல்பவன் நானே கொல்லப்படுபவனும் நானே என்பது கீதாச்சாரம்.

இதில் எமிலி லெவைன் எங்கே வருகிறார் என்று நீங்கள் கேட்பது கேட்கிறது. அவர் பேசி முடிக்கும் சில நிமிடங்கள் மட்டும் பாருங்கள்... அவர் அப்பொழுது... ஆடியென்ஸைப் பார்த்து "நீங்கள் வேறல்ல நான் வேறல்ல" என்பார்... இதை நீங்களும் பார்த்து இரசிக்க... "நானும் நிஜமும் நண்பர்களானது எப்படி?" (How I made Friends with Reality?") என்கிற அவரது வீடியோ கிளிப்பை நீங்களே யூ டியூபில் பாருங்களேன்.

குவாண்டம் பிஸிக்ஸ் பத்திப் புட்டுப்புட்டு வைத்து இருப்பார்.

திருமூலர் சொன்ன "அண்டத்தில் உள்ளது... பிண்டத்தில் உள்ளது" என்கிற கான்செப்ட்... எனக்கு நுரையீரல் புற்றுநோய் முற்றியிருக்கிறது என்று சிரிப்பார்... எமிலி...

என்னங்க...

கடைசியில் இப்படிச் சொல்றீங்க என்றால்? அவரோ அதைச் சொல்லித்தான் பேசவே ஆரம்பிப்பார்... சுருக்கமாச் சொல்லவேண்டும் என்றால் எமிலி லெவைன் வாழ்க்கைத் தத்துவத்தைப்பற்றித்தான் பேசி இருப்பார்.

கீழ்க்கண்ட இந்தியத் தத்துவக் கேள்வியைப் பாருங்கள்!

கேள்வி 27. ஆண்டு 2014 தேர்வு! முதனிலை: நடத்துவது யூ.பி.எஸ்.ஸி.

கீழ்க்கண்ட எந்த இணை இந்தியத் தத்துவத்தின் ஆறு அமைப்பு களுக்குள் வருவதில்லை?

(a) மைமாம்ஸம் மற்றும் வேதாந்தம்

(b) நியாய மற்றும் வைஷேஷிகம்

(c) லோகோயதா மற்றும் காபாலிகா

(d) சங்கியா மற்றும் யோகா

எமிலி லெவைன் தத்துவம் பற்றிப் பேசினாங்க என்று சொன்னோம் இல்லீங்களா?

அதைத் தொடர்ந்துதான்... தத்துவமும் நம்ம பாடத்துலதான் வருது என்று எழுதுவதற்காகத்தான் என்று தொடர்புபடுத்தி மேற்கண்ட கேள்வியைப் பற்றியும் சொல்லி விடுகின்றோம்... இந்தியத் தத்துவத்தில் ஆர்த்தோடாக்ஸ் என்கிற வேதத்தை நம்புகிற பிரிவில் ஆறு வகைகளும் ஹெட்டிரோடாக்ஸ் என்கிற வேத நம்பிக்கையில்லாத பிரிவில் ஐந்து வகைகளும் இருக்கின்றன. அதைப் படித்தோமென்றால்... தெளிவாக லோகாயதம் என்பது ஹெட்டிரோடாக்ஸ் வகையில் வரும் என்று தெரிந்து கொள்ளலாம். மற்ற இணைகள் எல்லாமே ஆர்த்தோடாக்ஸ் வகையாகும். எனவே (c) என்பதுதான் சரியான விடையாகும். சரி நீங்கள் தத்துவத்தில் இருந்து வெளியே வந்து... முன்பு நாம் பாதியில் விட்டுவந்த கேள்வியைப் பார்ப்போம்...

13..9. அனாடமி ஆஃப் பயம்

அதாவது படிப்பதற்குத் தயங்குகிற சில பாடங்களை நாம் படிக்காமலே... இருந்துவிடுகிறோம்.

நம்மையும் அறியாமல் நாம் நமக்குப் பிடித்த அல்லது ஈஸியாக இருக்கின்றது என்று நினைக்கின்ற பாடங்களை மட்டுமே நிறையப் படித்து விடுகிறோம். இந்தக் கருத்தைப் பற்றி விவாதிக்கையில், நாலு மணி நேர - வேலை வாரம் (The Four hours work week) என்கிற புத்தகத்தை எழுதிய Tim Ferriss என்பவர் பற்றிப் பேசினோம். அங்கே இருந்து அச்சமூட்டுகிற பாடத்தை அத்தியாவசியமாகப் படிக்க வேண்டும் என்று ஆரம்பித்தோம். சொல்ல வந்தோம். (அங்கே சொல்லவில்லை-இங்கே சொல்லியுள்ளோம்) அங்கே இருந்து திருக்குறளுக்குப் போனோம்...அந்தக் குறளில் தீபிகா உதாரணம்... அங்கிருந்து...

உண்மையிலேயே பயப்பட வேண்டிய பொருள்...

என்ன என்று எப்படித் தெரிந்து கொள்வது?

என்று கேட்டு...பிறகு எமிலி மேடம் சொன்ன தகவலுக்குப் போனோம்.

உண்மையிலேயே பயப்பட வேண்டிய பொருளா? பாடமா?

வேலையா? என்று உணர்ந்து தெரிந்துகொள்ள...

அந்தப் பாடம் அல்லது பொருளைப் பற்றி மேலும் மேலும் கொஞ்சம் கொஞ்சமாகத் தெரிந்து கொள்ள ஆரம்பிக்க வேண்டும். லேசாக... புரட்டிப் பார்க்க வேண்டும். ஒரு புத்தகத்தில் ஒரு எழுத்தாளர் அதை விளக்கி இருப்பது நமக்குப் புரிபடாமல் போயிருக்கலாம். அதற்காக அந்தப் புத்தகம் அல்லது ஒரு அனுபவத்தை வைத்து... ஒரு குறிப்பிட்ட பாடம் என்றாலே நமக்குப் பிடிக்காது என்கிற முடிவிற்கு வந்துவிடக் கூடாது. இன்னொரு புத்தகத்தில் அதே பாடத்தைக் கண்டறிந்து... ஒரு கண் பார்வை கொடுக்கலாம்... வேறு வேறு ஆசிரியர்கள் ஒரே விஷயத்தை சற்றே வேறு உதாரணங்களுடன் விளக்கி இருக்கலாம். ஏதாவது ஒன்று நமக்கு எளிதில் புரிந்து ஈசியாக... அடுத்த நிலைமைக்கு எடுத்துச் செல்லும்.

13.10 ஐம்பது வரை வளைப்போம்

நமது வாழ்வில்... அப்படிப்பட்ட அச்சமூட்டும் பாடத் திட்டங் களை வெற்றிகொள்கின்ற சூழ்நிலைகளுக்குப் பல எடுத்துக்காட்டுகளை சொல்ல முடியும். இருந்தாலும், அப்படி ஒன்றை முதலில் எடுத்துப் பார்ப்போம். இந்தத் தகவல் நேரடியாக, அச்சத்தை வெற்றிகொண்டது என்று சொல்ல முடியாவிடிலும்... அப்படிப்பட்ட கோணத்திலும் பார்க்கலாம்.

கல்லூரிக் காலங்களிலும் பள்ளிப் பருவத்திலும்... கையெழுத்து நன்றாக இருந்தால் மதிப்பெண் நன்றாக வரும் என்று சொல்வார்கள்.

கல்லூரியில் கையெழுத்து சிறப்பாக இருந்தால் அவர்களுடைய நோட்ஸை வாங்கிச் சென்று ஒளிநகல் எடுத்து நண்பர்கள் படித்துப் பயன் பெறுவார்கள். அப்படி அச்செழுத்துக்களால் நோட்ஸ் எடுத்துப் பெயர் பெற்றவர்கள் தினேஷ்கண்ணன் மற்றும் சாமிநாதன் என்கிற கல்லூரி நண்பர்கள்... நாம் சொல்லவந்த அச்சப்படுத்திய செய்தி என்னவென்றால் அதற்குள் இன்னும் போகவில்லை. போவோம்...

நமது கையெழுத்து பதினோராம் வகுப்பு அளவில் இப்பொழுது இருப்பது போல அவ்வளவு சிறப்பாக இல்லை. கவனியுங்கள் அழகாக அல்ல சிறப்பாக என்றுதான் சொல்லியுள்ளோம். அழகாக உள்ளதென்பது வேறு சிறப்பாக உள்ளது என்பது வேறா? என்று கேட்பீர்கள். அலிபாபா - கண்டுபிடித்த - உருவாக்கிய ஜேக் மா! வின் பொன்மொழி ஒன்றை கீழே தருகிறோம் பாருங்களேன்!

உங்களுக்கு தொழில் வெற்றிக்குத் தேவைப்படுபவர்
சிறப்பான மனிதர் அல்ல...
பொருத்தமான மனிதர் தான்!

என்று... இரண்டுக்கும் வேறுபாடு உள்ளது. (Good Person, Suitable Person) அது மாதிரி கையெழுத்து சரியாக இல்லையே!? என்று அச்சப்படுவதை விட்டு... அதை சரிப்படுத்திக்கொள்ள வேண்டும் என்று முடிவெடுத்தோம்.

கையெழுத்தை முன்னேற்ற இரண்டு வரி நான்கு வரி நோட்டை பதினொன்றாம் வகுப்பில் வாங்கி ஐந்தில் வளையாததை பதினாறில் வளைத்தோம்!

(ஐம்பதில் தானே வளையாது?
ஐம்பது வரை வளைக்கலாம்...
ஐம்பதிற்கு மேல் பார்க்கலாம்)

ஒவ்வொரு எழுத்தையும் எழுதிவிட்டு... ஷெர்லாக் ஹோம்ஸ்... கதைகளில் வருவது போல... சாட்சியங்களாகக் கிடைத்த கடிதங்களில் தட்டச்சு செய்யப்பட்டுள்ள எழுத்துக்களின் சில சிறுசிறு அம்சங்களை உன்னிப்பாகப் பார்த்து குற்றவாளிகளைப் பிடிப்பார்... அதைப்போல ஒரு நான்கைந்து வரி எழுதிவிட்டு... அதிலுள்ள வரிகளை மற்றும் இடைவெளிகளை ஒரே சீராக அமைத்தல். எழுத்தை அழகாக்க... எழுத்தின் வடிவம் போலவே சொற்கள், எழுத்துகள், வரிகள், பஞ்சுவேஷன் மார்க்குகள் (நிறுத்தக் குறிகள்) இவற்றுக்கு இடையேயான வெற்றிடங்கள்தான் அந்த பாராகிராஃப் பார்க்க சிறப்பாக உள்ளதா இல்லையா? என்பதைத் தீர்மானிக்கின்றன.

கையெழுத்தை சீராக்க வேண்டுமென்றால் - என்ன செய்ய வேண்டும் தெரியுங்களா? பேனாமுனை வடிக்கும் கோட்டை மட்டும் கவனிக்கக் கூடாது... பின்னணியாக உள்ள வெண்ணிற இடத்தை கோட்டை விட்டுவிடலாகாது! என்கிற உண்மை... அச்சத்தைக் கொஞ்சம் மைக்ரோஸ்கோப்பில் வைத்து ஆராய்ந்து பார்த்ததில் கிடைத்தது. அதன் பிறகு 'க' ன் மூக்கை கொஞ்சம் இழுத்து விட்டது. 'ட' வின் முதுகெலும்பை கூன் நிமிர்த்தியது என்று சில ஸ்டைல் மாற்றங்கள்...

அவ்வளவுதான் அச்சம் அகன்றது!

ஆகவே நண்பர்களே! எங்கே... சிக்கல் என்று நினைக்கிறீர்களோ அங்கே... பார்வையைக் குவியுங்கள்! பாராமல் விட்டுவிட வேண்டாம்!

யோசித்துப் பார்த்தால் பயம் ஆவியாகிவிடும்.

யோசிக்க விடாமல் செய்வதுதான் பயத்தின் மோடஸ் ஆபரண்டி (Modes operandi)

சிந்தனை செய்யுங்கள்! பயத்தை கொய்யுங்கள்!

13.11. நம்பிக்கை எஸ்கலேட்டர்

நமக்குப் படிப்பது பிடிக்கும். நமக்குக் கேள்விகள் பிடிக்கும். நமக்குச் சவால் பிடிக்கும். நமக்குப் பொறுமை உள்ளது. நாம் முயற்சிக்காமல் அச்சப்படப்போவதில்லை... போன்ற நேர்மறை சிந்தனைகள் இந்த முயற்சி செய்வதற்கு முக்கியம். இது குறித்த The Power of Positive thinking -Norman Vincent Peal என்கிற புத்தகம் நமக்கு மிகவும் உதவியாக இருந்தது. அதைப் படித்ததன் மூலம்... நல்ல விடாமுயற்சி செய்யும் ஆசை அதிகரித்தது என்றால் மிகையாகாது. சில நேரங்களில் ஒரே புத்தகத்தை அப்படித்தான் விட்டுவிட்டு துணிச்சலாகப் படித்து வருகிறோம். தீபிகா கூட... மெட்ரோ இரெயில் ஸ்டேஷனின் எஸ்கலேட்டரை... ஒரு இரண்டு மூன்று முறை எட்டுவைக்க (கோவைத் தமிழ்) அச்சப்பட்ட பிறகு... ஒரு பயிற்சி செய்து திரும்பத் திரும்ப அதையே செய்து பார்த்து நம்பிக்கையை வளர்த்திருக்கிறாள். ஆமாங்க நம்பிக்கை என்கிற எஸ்கலேட்டரில் ஏறினால் பய உயரத்தை ஈசியாகக் கடந்துவிடலாம்.

நண்பர்களே... எஸ்கலேட்டரில் இருந்து எக்ஸ்பிரஸ் இரெயிலில் ஏறப்போகிறோம். இந்தப் பதின்மூன்றாவது பிரிவில் விட்டமின்களையும் தத்துவத்தையும் ஒன்றாய்க் கலக்கிக் குடித்தோம்... பாண்டியன் சார் போன்ற பேராசிரியர்களின் பெருமையைப் பேசினோம்...

அடுத்து வருவது

எக்ஸ்பிரஸ்... வேகத்தில்... ஏங்சைட்டி (Anxiety) என்கிற எக்ஸாம் கலக்கம் பற்றிப் பார்க்க இருக்கின்றோம்...

பரீட்சை என்றால் 'காய்ச்சல்' வந்து படுத்த பையன் வருவான். அவனை யார் என்று தெரிந்துகொள்ள விரும்புபவர்கள் அடுத்த பிரிவில் பார்க்கலாம்.

பரீட்சைக்குப் பதினேழு வருடம் பின்னே சென்ற நாம்... குழந்தைப் பருவம் வரைக்கும் இன்னும் கொஞ்சம் பின்னேயும் முன்னேயும் சென்று (வாழ்க்கை ஒரு வட்டம்தானே) அடுத்த பிரிவில் அலசி ஆராய உள்ளோம்.

குழந்தைகள் பள்ளியில் படிக்கும் பொழுதே... நேர்மறை சிந்தனை களுக்கு எப்படி அழைத்துச் செல்வது என்று பார்க்கலாம்.

பரீட்சை பயத்தை காலி செய்வதற்கான பத்து வழிகள் சொல்ல உள்ளோம்... அவை என்ன?

ஆர்வம் அதிகரிக்கிறதல்லவா?

வாருங்கள் 14 ஆம் பிரிவிற்கு...

❖ ஐந்தில் வளையாதது ஐம்பதில் வளையாது என்ற பழமொழிக்கு ஒரு புதுமையான அர்த்தத்தைத் தந்து. படிக்கும் ஆர்வத்தைத் தூண்டுவதோடு முயற்சி செய்தால் எல்லோராலும் சிறப்பாக எழுத முடியும் என்பதை உண்மை அனுபவத்தோடு உணர வைத்திருக்கிறீர்கள் சார்.

வாணி, திருச்சி 21/3/19

பிரிவு : 14

தீதும் நன்றும் நாமே தருவதே

பத்து வழிகளுக்காகக் காத்திருந்தவர்கள் பதட்டம் அடைய வேண்டாம். அந்த வழிகளே பதட்டத்தை குறைக்கத்தானே! பத்து நிமிடத்தில் வந்து விடும். அதற்கும் முன்னால்... குழந்தைகள் மற்றும் பெற்றோர் குறித்து கொஞ்சம் பேசலாம்...

14.1 குழந்தைக்குப் பரிட்சை பெற்றோருக்குமா

தேர்வின்... ஒவ்வொரு அம்சங்களாகப் பார்த்த நாம்... அதன் உளவியல் குறித்து அவசியம் படிக்க வேண்டும்தான். இதுவே... தேர்வு எழுதுவதன் அடிப்படை அம்சம் என்று சொல்லலாம். இந்தப் புத்தகத்தை எழுதியவருடைய தாய்... படித்திருப்பது அந்தக்கால ஐந்தாம் வகுப்புத்தான். எந்தப் பரீட்சைக்கும்... பதட்டப்படாத புன்னகைக்கும் அம்மாதான், அவர் கண்டது. “உன் படிப்பைப் பற்றிக் கவலையில்லை” என்று சொன்ன அப்பாதான் அவர் பார்த்தது. சரி... கொஞ்சம் பொதுவாகப் பார்ப்போம்.

பரீட்சை என்றால் காய்ச்சல் வரும்!

சின்ன வயதில்... நம் நண்பர் ஒருவருக்குப் பரீட்சை என்றாலே காய்ச்சல் வந்துவிடும்...

எல்லா பரீட்சைகளுக்குமா? என்றால்

இல்லை... அவ்வப்போது...

சரி காய்ச்சல் வருமளவு பதட்டம் அல்லது பயம் என்றால் ஒரு வேளை நன்றாகப் படிக்காத பையனோ?

அப்படி இல்லை...

வகுப்பில் முதல் இரண்டு மூன்று ரேங்க்கில் இருப்பவன் தான்...

பிறகு எப்படிக் காய்ச்சல்?

அதை ஏன் கேட்கிறீர்கள்...

ஓவர் எந்த்து தான் காரணம். *(எந்த்து - enthusiasm)*

பரீட்சையில் நாம் படித்ததை எல்லாம் அட்சரம் பிசகாமல் எழுதிவிட வேண்டும்! என்று ஒரு பதட்டம்.

19/3/19 தேதியிட்ட டைம்ஸ் ஆஃப் இந்தியா... செய்தித்தாளில் ஒரு செய்தி...

அந்தக் கட்டுரைச் செய்தியின் தலைப்பு என்ன? என்று தெரியுங்களா?

சொன்னால் தானே! தெரியும்...

அதாவது...

பெண்குழந்தைகளுக்கு கணக்குப் பாடம் - என்றாலே... அதிருப்தி மற்றும் கலக்கம் அதிகமாக வருகிறதாம்.

அப்படி என்ன கலக்கம்...

ஒரு சிரமமான ஃபீலிங்ஸ் தான். நீங்களாகவே சொல்கிறீர்களா? என்றால் இல்லை.

கேம்ப்ரிட்ஜ் பல்கலைக்கழகம் இத்தாலி மற்றும் இங்கிலாந்து (UK) குழந்தைகளிடம் கணக்கு எடுத்து இந்தக் கட்டுரையை எழுதி யிருந்தார்கள். அதில் இன்னமும் சொல்லியிருந்தார்கள் பெற்றோர்கள் மற்றும் ஆசிரியர்கள் அவர்களையறியாமலே (Inadvertently)... எண்களைப் பார்த்து... குழந்தைகள் (ஆரம்பப்பள்ளி முதல் உயர்நிலைப் பள்ளி வரை) பயப்படும் சூழ்நிலையை உருவாக்கி விடுகிறார்களாம்...

இதென்னங்க வம்பாயிருக்கு!

நாங்களெல்லாம்... குழந்தைகள் நல்லாப் படிக்கணும் என்று தானே மாய்ந்து மாய்ந்து அறிவுரை கொடுக்கிறோம்... நல்வழி காட்டுகிறோம்... அவங்க பரீட்சைக்காக நாங்க கண்விழிச்சு காஃபி போட்டுக் கொடுத்து... ஆஃபிஸிக்கு லீவு போட்டு இத்யாதி இத்யாதி என்று அடுக்கிக்கொண்டே செல்லலாம்...

அது சரி அந்த பரிட்சைக் காய்ச்சல் நண்பர் யார் என்று சொல்லவே இல்லையே என்று கேட்கிறீர்களா? அது வேறு யாருமில்லைங்க! இந்தப் புத்தகத்தை எழுதியவர்தான்.

14.2. கிளைமேக்ஸ் வருகிறது

இப்போ நாம... இந்த புத்தகத்தினுடைய கிளைமேக்ஸ் சேப்டருக்கு வந்துவிட்டோம் போலிருக்கிறது. எப்படி ஐ.ஏ.எஸ் தேர்வுக்குப் படிப்பது என்று ஆறு படிகளில் ஆரம்பித்தோம். படிக்கிறதைப் பற்றிப் பொதுவாகவும் பல விஷயங்களை அங்கங்கே

விவரித்துக் கொண்டும் வந்தோம். சில பல பாடங்களிலே... (பெரும்பாலும் அறிவியல்) யதார்த்தமாக கேட்கப்பட்ட யு.பி.எஸ்.ஸி கேள்விகளையே உண்மையாக எடுத்துக்கொண்டு அதைப்பற்றிய புரிந்துணர்வு பார்க்கின்ற ஒவ்வொரு போட்டித் தேர்வாளருக்கும் எப்படி வேறுபடும்... என்பதை கண்கூடாக விளக்கினோம். யு.பி.எஸ்.ஸி மாதிரியான அல்லது எந்த ஒரு தேர்வு என்று எடுத்துக்கொண்டாலும்...

ஒரு போட்டித்தேர்வர்தான் அதுவரை "கற்றுக் கொண்ட மொத்த வித்தையையும் தான் இறக்க வேண்டும்" அதனால் அவரது தயாரிப்பு... மனதளவில் தன்னுடைய 'பெஸ்ட்' (Best) என்னவோ... அதை இறக்க வேண்டும். அதற்கு பரீட்சைக்கு முன்னத்து நாள் பதட்டம் அடையாமல் இருக்க வேண்டும்.

அதெல்லாம் சரி

1. கேம்ப்ரிட்ஜ்காரங்க குழந்தைகளைப் பற்றி ஏதோ மேத்தமெடிக்ஸ் என்றால் சிரமப்படுபவர்கள் என்று எழுதியது சரியா?
2. பரீட்சைக்கு முன்னாடி பெற்றோர்களும், மற்றோர்களும், உற்றோர் களும் பரீட்சை எழுதுபவர்களைக் காட்டிலும் அதிகப் பிரயத்தனம் மேற்கொள்வது சரியா?

என்று கட் அன்ட் ரைட்டா கரெக்ட்டா சொல்லுங்க என்று நம் மனது கேட்கும். முதலில் இவை இரண்டுக்கும்... நச்சென்று ஒரு சொல்லில் பதிலை நாம் சொல்ல வேண்டும் என்று எதிர்பார்க்காதீர்கள். அது நமக்கு அத்தியாவசிய அவசியமில்லை. என்னங்க இது? இப்படிச் சொல்லிட்டீங்களே?

என்கிற நம் உள்மன ஆர்ப்பரிப்புக் கேட்கிறது. நமக்குத் தோன்றிய தைச் சொன்னோம்.

கேம்ப்ரிட்ஜ் பல்கலைக்கழக ஆராய்ச்சியாளர்கள் அவர்களுடைய பணியை அவர்களுடைய நாட்டு சூழ்நிலையில் அவர்களுடைய குட்டீஸ்களை வைத்து அவர்களுக்குத் தெரிந்த வகையில் ஆய்ந்து ஒரு ஆராய்ச்சி முடிவைக் கொடுத்து இருக்கிறார்கள். அதைப் போய் நாம்...

ஆணுக்குப் பெண்ணிங்கே இளைப்பில்லை
காணென்று கும்மியடித்த!

மகாகவி பாரதியாரின் தாய்த்திருநாட்டில் பொருத்திப்பார்க்க வேண்டாம்! அதை ஒரு பொதுவான... நம் கவனத்தைக் கவரும் செய்தியாக எடுத்துக்கொள்வோம்.

14.3. கலக்கம் தவிர்

Anxiety என்று சொல்கிற பதட்டம் அல்லது கலக்கம் உள்ளதா? என்றால் அது பலருக்கு இருக்கிறது. நமக்கும் அவ்வப்போது இருந்தது. அதைப் போக்கிக் கொள்வது சிறந்தது. அதைத் தவிர்க்கவும் குறைக்கவும் வழி சொல்வது 'குறி வைத்து அடி' போன்ற புத்தகத்தினுடைய தலையாய கடமை. இதுதான் வழி என்று ஒன் டூ த்ரி என்று வரிசைப்படுத்தி சொல்லிவிட முடியாது. நமக்குப் பொருந்தியது மற்றவர்களுக்கும் பொருந்துமா? என்று யோசித்துப் பார்க்க வேண்டுமல்லவா... அதனால் பார்த்தோம் இருந்தாலும் ஒரு பத்து பாயிண்ட் பதட்டத்தைக் குறைக்கும் வழிகளாக பட்டியலிடப் போகின்றோம். அதற்கும் முன்பு பெற்றோர்கள் பதட்டமடைவது சரியா? என்கிற கேள்விக்கு... பெற்றோர்களே முடிவு செய்துகொள்ள வேண்டியதுதான். 'தீதும் நன்றும் பிறர் தர வாரா" என்கிற கணியன் பூங்குன்றனாரின் சொற்கள் மீது நமக்கு ஆழமான நம்பிக்கையிருந்தால்... நம் குழந்தைகள் தாமாக தமக்கு நன்மையை விளைவித்துக் கொள்ளும் வழிகளைக் கண்டுபிடிக்கும் வகையில் நம்மால் குழந்தைகளை வளர்க்க இயலும்.

என்னங்க இது?

இன்னும் பெற்றோர்களுடைய கலக்கத்தை அதிகரிக்கத்தானே செய்கிறீர்கள்? என்று நீங்கள் கூறலாம்.

ஆங்கிலத்திலே ஒரு பொன்மொழி உண்டு, அதன் தமிழ் அர்த்தம் இதுவே... குதிரையைக் குளத்திற்கு அழைத்துச் செல்லத்தான் முடியும்... (பொதுவாக இத்துடன் நிறுத்திவிடுவார்கள்) ஆனால் இங்கே இரண்டாவது... வரியும் சொல்கிறோம்... குதிரைதான் தண்ணீரைக் குடிக்க வேண்டும்.

குதிரையேற்றத்தில் நமக்கு நிறைய ஆர்வம் உண்டு... குதிரை யானை எல்லாம் விட்டுவிட்டு நேரடியாக தெளிவாகப் புரிகிற மாதிரி பெற்றோர்கள் ரோல் சொல்லுங்க? என்று இன்னும் ஓயாமல் கேட்பவர்களுக்கு...

ஆல்வின் டோஃப்ளர் உடைய ஃப்யூட்சர் ஷாக் (Future shock) படித்திருக்கிறீர்களா?

என்று ஒரு கேள்வி பதிலாய்க் கிடைக்கிறது.

சாமி... எங்களை விட்டுவிடுங்கள் என்று சில நண்பர்கள் ஒரு படி பின்னால் போவது தெரிகிறது. தயவு செய்து கேளுங்களேன். அவர் சொல்கிற மாதிரி செய்ய வேண்டும் என்று சொல்லப் போவதில்லைங்க.

அதுமட்டுமல்ல... எவர் சொல்கிற மாதிரியும் செய்ய வேண்டும் என்றும் கேட்டுக்கொள்ளப் போவதில்லை...

பிறகு...

14.4. எங்கள் வீட்டு ஐன்ஸ்டைன்கள்:

நமக்கு எது சரியெனப்படுகிறதோ? அதை மட்டுமே செய்வோம். இந்தப் புத்தகத்தில் கொடுக்கப்பட்டுள்ள தகவல்கள், ஐடியாக்கள், புள்ளி விவரங்கள், துணுக்குச் சிதறல்கள், கதைகள், சிரிப்புத் தோரணங்கள் எல்லாமே... நம்மை யோசிக்கச் செய்யவே... அடுத்து என்ன செய்வது என்று நம்மையே முடிவெடுக்கச் செய்யவே தவிர, இதைச் செய்யுங்கள் என்று... நாட்டாமை செய்ய அல்ல... அது வொர்க் அவுட்டும் ஆகாது. ரன் அவுட் ஆகிடும்.

ஆல்வின் டோஃப்ளர் என்ன சொல்கிறார் என்றால்... எல்லா குழந்தைகளையும் அவர்களை வளர்த்துப் பெரியவர்கள் சிறந்தவர்கள் ஆக்க வல்லதொரு டெக்னிகல்லி குவாலிபைஃடு ஸ்பெஷலிஸ்ட் சூப்பர் ஸ்பெஷாலிட்டி படிப்புப் படித்த அறிஞர்கள்தான் வளர்ப்பார்கள்.

"பெற்றால் தான் பிள்ளையா?" என்று 1966 ஆம் ஆண்டில் வெளிவந்த திரைப்படத் தலைப்புப் போல, அதில் கேட்பது போல... பெற்றெடுப்பவர்கள் எல்லோரும் ஒப்பற்ற பெற்றோர்களாக இருப்பதில்லை என்று எதிர்காலத்தில் ஒரு வேளை சமுதாயம் முடிவு செய்யலாம்... வேகமாக முன்னேறும் அறிவியல் மாற்றங்கள் இதை உண்மை ஆக்கக்கூடும். பாகம் 6.5 இல் தலைமாற்று அறுவைச் சிகிச்சை என்று பேசினோமே... அந்த மாதிரியான சிந்தனை ஒன்றை எழுதி இருக்கிறார் ஆல்வின் டோஃப்ளர்.

பெற்றோர் இருக்க, குழந்தைகளை வளர்க்க மற்றோர் ஆளா?

எழுதுவதற்கே... ஆச்சரியமாக இருக்கின்றது.

குழந்தை வளர்ப்பில் PhD பாடத்திட்டம் வரை நம் கல்லூரிகளில் உள்ளதா என கூகுள் செய்ய வேண்டும்தான்! நிச்சயமாக... ஆல்வின் டோஃப்ளர் வரை போகிறோமோ? இல்லையோ... அட்லீஸ்ட்... அந்த சப்ஜெக்டில் ஏதோ தெரியாத சமாச்சாரம் இருக்கலாம் என்பது வரை யோசிக்கலாம்தான்.

நம் குழந்தைகள் ஐன்ஸ்டைன்கள் போலத்தான் பிறக்கிறார்கள்... நாம்தான் அவர்களை... வளர்க்கின்றோம்... வாய்ப்பு ஏற்படுத்தித் தருகின்றோம் என மெனக்கெடுகிறோம். தீதும் நன்றும் நாம் தரலாகாது அன்றோ?

குழந்தைகள் அவர்களாக வளர்ந்துகொள்வார்கள்... நம் கடமையைச் செய்தால் போதும்.

14.5 பெற்றோர்களின் வரப்பிரசாதம்

குழந்தை வளர்ப்பில் முனைவர் பட்டம் பெறுவதற்கான படிப்புக்கள் இருப்பதை அறிந்துகொள்ள இயன்றது. அனைத்துப் பெற்றோர்களும் முனைவர்களாகும் வாய்ப்பு இல்லை என்பது... நிகழ்தகவின் (Probability) அடிப்படையில் நிஜமானது. மற்ற பணிகளில் கடமை ஆற்றுவதற்கும், படித்தவர்கள், இருக்க வேண்டுமல்லவா? ஆனாலும் உலகின் மிகச்சிறந்த பெற்றோர்கள்! என்கின்ற பட்டத்தை ஒவ்வொரு பெற்றோரும் பெற்றுக்கொள்ள வாய்ப்பு இருக்கிறது.

எங்கிருந்து என்று கேட்கிறீர்களா

அது...

அவர், அவர்களிடம் இருந்தே தான்!...

வேறு யார் சான்றளிக்க வேண்டும்?

தீதும் நன்றும் பிறர் தர வாரா!

தீதும் நன்றும் மட்டும் இல்லைங்க

சான்றும்தான்...

வேண்டுமென்றால் குழந்தைகள் கொடுக்கலாம்!

வளர்ந்த பின்னர்...

வளர்த்தவர்களை நன்றியோடு நினைவு கூறும் குழந்தைகள்...

நல்ல பெற்றோர்கள் வாங்கி வந்த வரங்கள்!

இப்படியாக குறி வச்சு அடி புத்தகத்தில் பொதுப்படையான விவரங்கள் மற்றும் விவாதங்களிலேயே நீண்ட தூரத்தைக் கடந்து வந்துவிட்டோம்.

பத்து பாயிண்ட்... பதட்டத்தைக் குறைக்கப் பட்டியிலிடப் போகின்றோம்!

என்று சற்று நேரம் முன்பு சொன்னோம்...அங்கே இருந்துதான் தீதும் நன்றும் பிறர்தர வாரா? என்று சென்றுவிட்டோம்.

14.6. போஸ்ட் பெய்டா... ப்ரீ பெய்டா... ஐடியாக்கள்

தேர்வு நேரத்தில் பதட்டத்தைக் குறைக்க மாணவ மாணவிய போட்டித் தேர்வர்கள் பெற்றோர்கள் நண்பர்கள் என்று பலரும் செய்ய வேண்டிய உத்தேசமான பத்து உத்தமமான வழிகளை/ யோசனைகளை கீழே பட்டியலிடுவோம்!

1. மாணவர்கள் - போட்டித் தேர்வர்கள்... தேர்வை... அதன் பெயருக்கேற்ப... தேர்வு ஆகக்கூடிய வழி என்று நேர்மையாகப் பார்க்க வேண்டும். நேசிக்க வேண்டும். பரீட்சை என்ற சொல்... ஏதோ அதை எழுதப் போகிறவர்களை பரீட்சித்துப் பார்ப்பது போல இருப்பதால் அதை விடுத்து தேர்வு என்கிற வார்த்தையை தேர்வு செய்து உள்ளோம்... நமக்கும் பிடித்துப் போகட்டும்.

   தேர்வு வரும் என்று நாம் காத்திருப்போம்! காத்திருக்க வேண்டும். அப்படிப்பட்ட மனநிலை நல்லதுங்க. அப்போதுதான் நம் திறமையை வெளியே காட்ட முடியும்! இன்னும் கொஞ்ச நாள் தள்ளி வந்தால் சிறப்பாக இருக்குமே! என்று நினைக்க வேண்டாம். ஏனெனில், எந்த தேதியில் தேர்வு வந்தாலும் இன்னும் கொஞ்சம் படிக்காத மாதிரியேதான் இருக்கும்.

2. தேர்வு நெருங்கி வந்தபிறகு புதிதாக எதையாவது படிக்காமல் ஏற்கனவே படித்த பாடங்களை ஒழுங்குபடுத்தி யோசித்துப் பார்த்து, கேள்விகளுக்கு ஏற்ப இப்படிக் கேட்டால் எப்படி எழுதலாம்? என்று கற்பனை செய்து பாருங்கள்.

14.7. தூக்கப் பெட்ரோல் - தூக்கி விடும்!

3. நல்ல உடல்நலத்தின் மேல் கூடுதல் கவனம் செலுத்துங்கள். போதுமான அளவு உறக்கம் மிகவும் அவசியம்ங்க. சத்தான உணவு, நல்லெண்ணெய் நல்லது. சரியாக தூங்கி எழுந்து தேர்வு எழுதச், சென்றால் கேள்விகளுக்கு மூளை புதுசு புதுசான கோணத்திலிருந்து பதில்களை புதுமையோடு உருவாக்கித் தரும்.

   இதை விளக்கமாகப் புரிந்துகொள்ள, கார் உதாரணம் ஒன்று உதவும்.

   நம்மில் பலருக்கு கார் பிடிக்கும்.

   மகிழ்வுந்தை... எதனோடு ஒப்பிடப் போகிறோம்?

   நம்ம உடல்நலமிக்க உடலை ஒரு காராகக் கருதலாம்.

   என்ன ரக கார்...

   அம்பாசிடர், டொயோடோ, மாருதி ஜென், இன்னோவா, பென்ஸ், ஆடி... ரோல்ஸ் ராய்ஸ் கார் எப்படி வேண்டுமானாலும் இருக்கலாம்.

   நல்ல பராமரிப்பு மற்றும் தேவையான அளவு பெட்ரோல் போடுவது முக்கியம்.

   தி இந்து ஆங்கில இதழில் 13/3/19 இல் ஒரு கார்... பகாட்டி லா வொய்சூர் நாய்ரே... (என்னங்க 'நாய்' பெயர் என்கிறீர்களா? (Bugatti la Voiture Noire)

இந்தக் காரின் விலை 88 கோடியாம்...

1500 ஹார்ஸ் பவர் எட்டு லிட்டர் கன அளவுள்ள 16 சிலிண்டர் இன்ஜின்... 11 மில்லியன் பவுண்ட்... என்று டீடெய்ல்ஸ்... பல்ஸ் ரேட்டை எகிறவிடும்.

இருக்கட்டுமே...

இருந்தாலும் அதுக்கும் பெட்ரோல்... இல்லாம ஓடுங்களா...? தூக்கம்ங்றது... உடம்பு என்கிற காருக்கு பெட்ரோல் மாதிரிங்க... தேவைப்படும்பொழுது... தேவையான அளவு போட்டுக்கணும்... தூங்கிக்கணும்... அது சாதாரணக் காரா இருந்தாலும் சாதனை செய்ய வைக்கும்.

4. சிவில் சர்வீஸ் தேர்வுப் பயிற்சி மையங்கள் கொடுத்துள்ள பதில்களையே பத்தி மாறாமல் நாம் எழுத வேண்டும் என்று அதையே நினைத்துக்கொண்டு பதட்டம் அடைய வேண்டியதில்லை. உலகம் பறந்து விரிந்துள்ளது பதில்கள் அன்றைய செய்தித்தாளில் இருந்து கூட வரலாம். அதைப்படிக்க வேண்டும் என்றால்... நமக்கு மனசு ரிலாக்ஸ்டு ஆக இருக்க வேண்டியது அவசியம்.

5. பெற்றோர்களும் மற்றோர்களும் தேர்வு எழுதுபவர்களை உற்சாகப் படுத்துவது மிகவும் உகந்தது. எந்த அறிவுரையும் கேட்காமல், கொடுக்காமல் இருந்தாலே தேர்வர்கள் சந்தோஷமாக இருப்பார்கள் என்று நாம் நினைத்தால் சந்தோஷமாகப் பின்பற்றலாம். தேர்வு என்பது தேர்வு அன்றைக்கோ, அல்லது அதற்குச் சற்று முன்போ... அவசர அவசரமாகத் தயாரித்துக் கொண்டு சென்று வெல்லப் போவது அன்று... பல நாட்கள் முன்பே பலமாகத் தயாரிக்கப்பட்டு வெல்லமாக அணுகப்பட வேண்டியது என்பதை நாம் நினைவில் கொள்வோமாக.

6. தேர்வை நெருங்கி வரும்பொழுது... நம்மால் முடியும் என்று தேர்வர்கள் நம்ப வேண்டும். ஜாம்பவான் என்கின்ற இதிகாச கதாபாத்திரம் சொல்லித்தான் அனுமனுக்கே தன் திறமை மூலமாக... கடலைத் தாண்ட முடியும் என்கிற நம்பிக்கை வந்ததாம். அதனால் பெற்றோர்களும் மற்றோர்களும் ‘உன்னால் முடியும்’ என்றே சொல்லலாம்.

7. மேலே கண்ட ஆறாவது ஐடியாவைப் படித்தவர்கள் அதான் தெரியுமே! ஏற்கனவே ஏராளமான புத்தகங்களில் படித்தது தானே! என்று நினைக்கலாம். ஆனால் அதை எழுதியதற்குக் காரணம்... அதை ஒட்டி தொடர்ந்து வருகிற, இந்த ஏழாவது ஐடியாவை எழுதத்தான். பிராக்டிக்கலாக... நாம் பரீட்சை எழுதப் போகின்ற

சூழ்நிலையில் யாராவது... எதையாவது சம்பந்தா சம்பந்த மில்லாமல் சொல்லி மனசை காயப்படுத்தியோ! கஷ்டப்படுத்தியோ! காமெடியாக சொல்லி... கடுப்பேத்தியோ விடக்கூடும். அதற்கு என்ன செய்வது என்று நீங்கள் கேட்கலாம்! அதுக்குக் கொடுக்கிற பஞ்ச் டயலாக்தான் இந்த ஏழாவது யோசனை! எப்படி வருகிறது என்று பாருங்கள்!

உங்களைப் பற்றி நீங்கள் என்ன நினைக்கிறீர்கள்
என்பது போஸ்ட் பெய்ட் செல்போன் மாதிரி!
உங்களைப் பற்றி மற்றவர்கள் என்ன சொல்கிறார்கள்
என்பது ப்ரி பெய்ட் ரீசார்ஜ் மாதிரி!

நல்ல நண்பர்களோ! ஆற்றலை அதிகப்படுத்துகிற ஆத்மார்த்தமான உறவுகளோ! உங்களுக்கு... போஸ்ட் பெய்ட் மாதிரி சப்போர்ட் செய்வார்கள்... கண்ணாடி மாதிரி உங்களது வலிமைகளை பிரதிபலிப் பார்கள் குறைகளை பக்குவமாகக் குறைக்க உதுவுவார்கள்... ஆனால் மேலெழுந்தவாரியாகப் பார்த்துவிட்டு உடனுக்குடன் ரெடிமேட் ஐடியா தரும் “ஃபாஸ்ட் அட்வைஸ்” நண்பர்கள் சொல்வதை... அவ்வப்போது... காலாவதியான ரீசார்ஜ் கூப்பன் மாதிரி பலனில்லை என்றால்... விட்டுவிட வேண்டியதுதான். நிறைய நண்பர்கள்... அவரே அப்படி சொல்லிவிட்டார்... இவரே இப்படி சொல்லிவிட்டார் என்று தவித்துப் போவதைப் பார்த்து இருக்கிறோம்.

உடனே வேறு ரீசார்ஜ் (re - charge) coupen கூப்பன் வாங்குங்க பாஸ்... (Boss)

8. உடற்பயிற்சி செய்வதை வழக்கமாகக் கொள்வது மிகவும் நல்லது. தேர்வுக் காலத்தில்... தொடர்ந்து அதே அளவு காலம் உடற்பயிற்சி செய்யாவிட்டாலும் பரவாயில்லை... கொஞ்சம் நேரமாவது உடற்பயிற்சி செய்தால்... மூச்சுப்பயிற்சி செய்தால்... மகிழ்ச்சியை உருவாக்கும் ஹார்மோன்கள் சுரந்து பதட்டம் காணாமல் போகும்.

9. பரீட்சை நாளன்று என்ன செய்யப் போகிறோம் என்று சுமார் ஆறு மாதம் முன்பே கனவு காணலாம். மிக நிதானமாக எழுந்து சரியாக ஹால்டிக்கெட் மற்றும் பேனா பென்சில் கால்குலேட்டர் இத்யாதி களை எடுத்துச் செல்வதும். சாதாரணமாக நண்பர்கள் மற்றும் இதர சக மனிதர்களோடு சாதாரணமாக பேசிப் பழகுவதும்... மன அழுத்தத் தைக் குறைக்கும். பரீட்சை சமயத்தில் ஹாஸ்டலில் விடுதி அறைக்கு வெளியே... கதவில்... ‘தயவு செய்து தொல்லை செய்யாதீர்கள்’ என்று எழுதிப்போடும் அளவிற்கு ஐசோலேஷன் மன நிலைக்குப் போய்விடத் தேவையில்லை, பரீட்சை நாளுக்கு அதாவது தேர்வு

நாளுக்கும் சாதாரண நாளுக்கும் அதிக வித்தியாசம் காட்டாமல் இருப்பது சாலச் சிறந்தது.

14.8. ஒரு சிட்டிகை சிந்தனை:-

10. ஹேர்ரி மேட்டாக்ஸ் என்று ஒருவர் எழுதிய "எப்படிப் படிப்பது" என்கிற புத்தகத்தில் இருந்து ஒரு மேற்கோள் மட்டும் இங்கே சொல்லிக் கொள்ள வேண்டும்ங்க...

"ஒரு டீஸ் ஸ்பூன்... நல்ல மனநிலை... பரீட்சைக்கு முன்னாடி இருந்தால் அது பல மணி நேரம் மிகக் கஷ்டப்பட்டு படிச்சதுக்கு சமமாகும்".

மேலே அவுன்ஸ் என்று ஆங்கிலத்தில் இருக்கிறது. டீ ஸ்பூன் என்று ஆக்கிவிட்டோம். எது எப்படி இருந்தாலும் மலர்ந்த முகமே! பரீட்சையைப் பாதி தேர்வாக்கும். எவ்வளவோ படிச்சிருக்கோம் எக்ஸாம்ல ஏதாவது எழுதிட மாட்டோமா? என்று நினைக்க வேண்டும். காலம் பூராவும் படிச்சுவிட்டு... தேர்வு நாளன்று... படபடப்பாக... ராக்கெட் வேகத்தில எல்லாப் புத்தகங்களையும் புரட்டி பதட்டமாவதில் எந்த அர்த்தமும் இல்லைங்க. இந்தப் பத்தாவது பாயிண்ட்டை இனிமேல் இழுக்கிறதிலும் அர்த்தமில்லை.

நண்பர்களே இந்தப் பத்துப் பாயிண்ட்களுடன்...

14 ஆம் பிரிவும் முடிவிற்கு வருகிறது. கிட்டத்தட்ட இந்தப் புத்தகமும் முடிந்துவிட்டது.

ஆம்.

எல்லா நல்ல விஷயங்களும் கூட ஒரு சமயத்தில் முடிய வேண்டியவை தானே! (இது ஒரு ஆங்கிலப் பதப் பிரயோகம் - All good things also have to end)

ஆனாலும் இப்புத்தகம் முடிவில் எப்படி ஆரம்பிக்கும்?

ஆரம்பித்த பொழுதே எப்படி முடிந்தது? என்பது குறித்து அடுத்த பதினைந்தாம் பிரிவில் விரிவாகப் பார்க்க உள்ளோம்.

ஜேம்ஸ் ஜாய்ஸ் என்ற படைப்பாளர்... பின்நவீனத்துவ உன்னதத்தை தன்? உலைசிஸ் உலைசெஸ் (ULYSSES) என்கிற புதுமையான, புதினத்தில் காட்டியவர்.

அதற்கடுத்த நிலையில் கனவுகளையும், கற்பனைகளையும் அப்படியே! எப்படி எழுத்தில் இறக்கினார்? என்று மொழியியலார் ஆராய்ந்து வருகிறார்கள். நம் புத்தகத்தின் கடைசிப் பிரிவில் அப்படிக் கொஞ்சம் முயற்சி செய்வோம்.

'புத்தகம் ஆரம்பிக்கும் பொழுதே முடிகிறது' என்கிற வரியில் கனவுத் தன்மை கலந்து இருக்கிறது என்பதை மட்டும் இப்பொழுது சொல்லிவிட்டால்... அதில் லாஜிக் தேட மாட்டோம்.

மற்றபடி இந்தப் பதினாலாம் பிரிவில் பத்து யோசனைகள் தெளிவாக எடுத்துக்காட்டுகளுடன் எடுத்தியம்பப்பட்டன.

தீதும் நன்றும் நாமே தருவதே - என்கிற இந்தப் பிரிவில்தான் எந்தக் கேள்விகளும் கேட்கப்படவில்லை!

ஆனால் இராமச்சந்துருடு... ஐயாவை இன்னும் காணவில்லை என்று ஞாபகம் வைத்துத் தேடுபவர்களுக்கு... அடுத்த பிரிவில் அவரும் அவர் சொன்ன ஆசைப் புத்தகமும் அவசியம் வரும்! என்று சொல்லி முடிக்கிறோம்...வாருங்கள்...

❖ அஞ்சுவது அஞ்சல் அறிவார் தொழில் என்பதற்கு The wise should have moral fear என்பதுதான் மரபார்ந்த விளக்கம். எவற்றுக்கு எப்படிப் பயப்பட வேண்டும் என்று கற்றுக் கொள்வது அறிவாளிகளின் பணி என்பது காலத்துக்கேற்ற உய்ப்பொருள்.

❖ தம்பி ஏழாவது கட்டளையில் prepaid - post paid உவமை மிகவும் நன்று விழித்துக் கொண்டே தூங்குவது கூட ஒரு வகையில் தியானம்தான்.

❖ இந்த chapter தொடங்கியவுடன் முடிந்தது

சங்கர சரவணன், சென்னை, 22.3.19

❖ பத்து பாயிண்ட்களால் தேர்விற்கு பதட்டமாகாமல் தயாராகுவது பற்றி தெளிவாகத் தெரிவித்துள்ளீர்கள்.

பொன்குழலி அரவிந்த், சென்னை, 21.3.19

❖ ஆரம்பிக்கிற போதே முடித்துவிட வேண்டும் என்ற எண்ணம் வரவேண்டும். பொருத்தமான பதில் மற்றும் அருமையான கருத்து.

❖ உண்மையிலே எக்ஸ்பிரஸ் இரெயிலில் ஏறி இயற்கையை இரசித்துக் கொண்டு இன்னிசையோடு இனிமையாகப் பயணிப்பது போலத்தான் குறிவைத்து அடி புத்தகமும் உள்ளது. போட்டித் தேர்வுகள், கல்வி, கலை, இலக்கியம், இசை, சினிமா, அறிவியல், ஆன்மிகம், வரலாறு, புவியியல், குடிமையியல், தாவரவியல், விலங்கியல், ஆரோக்கியம் என பல தகவல்களுடன் மனம் ஒன்றி பயணிக்கிறோம். இந்த இனிமையான அறிவுப் பயணம் முடிவில்லாமல் தொடர்ந்திட விரும்புகிறோம் சார்.

வாணி, திருச்சி, 22/3/19

❖ "ஆரம்பிக்கும்போதே முடிந்து விடுகின்றது", தலைப்பு மிக அருமை. புதிதாக படிக்கத் தொடங்கும்போது இந்தத் தலைப்பை படிக்கும் சிலருக்கு பலவிதமான கேள்விகள் எழுப்பும். ஆனால், உள்ளே படிக்கப்படிக்க அதற்கு விளக்கங்கள் ஆங்காங்கே கொடுக்கப்பட்டுள்ளது. அதுவும் இந்த நூலில் இருந்தே, சூப்பர்.

❖ கதாசிரியரே, தங்கள் படைப்புகள் அனைத்தும் அருமை. இத்தனை பணிகளுக்கு இடையிலும் தாங்கள் படைக்கும் ஒவ்வொரு படைப்பும் அற்புதமாக உள்ளது. பெயரில் மட்டும் ஆனந்தம் என்று எண்ணும் நபர்களுக்கு, தங்கள் கட்டுரை யைப் படித்த பின்பு தான் புரியும் தங்களின் கட்டுரையிலும் ஆனந்தம் உள்ளது என்று.

வெங்கட், மதுரை, 22/3/19

பிரிவு : 15
ஆரம்பம் - முடிவு

இராமச்சந்துருடு... சார்... தன் வகுப்பில் தூங்க அனுமதிப்பார்...
ஆமாங்க...
நமது ஐ.ஏ.எஸ் பயிற்சி 2005இல் முடிந்தபொழுது... பெருவாரியான பயிற்சியாளர்களால் மிகச்சிறந்த பேராசிரியர் என தேர்ந்தெடுக்கப்பட்டவர்.
ஆமாங்க,
வகுப்பில் தூங்க விட்டா இப்படி தேர்ந்தெடுப்பீங்க போல... என்று நாம் நினைப்போம்.
அப்படியில்லை... அவர் கூறிய புத்தகம் மற்றும் கருத்துக்கள் சிறந்தவை!
அது என்ன?
அவை யாவை?
இந்தப் பிரிவில் பார்க்க உள்ளோம்!
இந்தப் பிரிவில் ஒரு... தியானம் குறித்த கேள்வியும் உள்ளது. குவாண்டம் பிஸிக்ஸ் உட்பட இன்னும் பல சுவாரஸ்யமான தகவல்கள் வர உள்ளன. ஏற்கனவே 'பத்து' நேரடி பாயிண்ட்கள் பார்த்தோம்... அந்த பத்து யோசனைகளையும் படித்துவிட்டோம்...
அவ்வளவுதானா? இந்தப் பத்துக்குள் எல்லாம் அடங்கிவிடுமா? புத்தகத்தை முடித்துக்கொள்ளலாமா என்று நினைக்கலாம்.
"புத்தகம் ஆரம்பிக்கும் பொழுதே முடிந்து போனதுதான்".
என்ன ஒரு லைன் பாருங்க.
அர்த்தம்தான் புரியலை. ஆனாலும் படிக்க நல்லா இருக்கு!
என்று நீங்கள் நினைக்கலாம்.
அதுதான் கவிதை
அல்லது... தத்துவம்.
இந்தத் தத்துவத்தை விளக்கும் முன்பு ஒரு யு.பி.எஸ்.ஸி கேள்வியைப் பார்ப்போம்.

தத்துவங்களைப் புரிந்து கொள்ள பொறுமை அவசியம். பொறுமை தியானத்தால் வருகிறது. யுவல் நோவோ ஹராரி (Yuval Noah Harari (24.2.1976 (42 age) எழுதிய ஹோமோ டியூஸ் புத்தகம் எதிர்காலம் எப்படி இருக்கும் என்று சொல்கிறது. அந்தப் புத்தகம் பிரபலமானது. அது S.N. கோயங்கா (S.N. Goenka (30.1.1924- 29.9.2013, 89 age) என்பவருக்கு சமர்ப்பிக்கப்பட்டு உள்ளது. அவர் இஸ்ரேலிய அறிஞரான Yuval Noah Harari க்கு தியானம் கத்துக் கொடுத்தவர்... இதோ பாருங்க கேள்வி...

15.1. என்ன தவம் செய்தனை?

கேள்வி எண் **94.** தேர்வு யு.பி.எஸ்.ஸி ஆண்டு: **2012** முதனிலைத் தேர்வு.

இடைக்கால இந்தியாவின் கலாச்சாரம் மற்றும் மதம் சார்ந்த வரலாற்றில் சூஃபி மதத்தைச் சேர்ந்த துறவிகள் (Mystics) கீழ்க்கண்ட எந்தப் பயிற்சிகளை செய்தார்கள் என்று அறியப்படுகின்றது?

1. தியானம் மற்றும் மூச்சுக்கட்டுப்பாடு

2. தனிமையான இடங்களில் கடுமையான துறவுப் பயிற்சிகள்

3. புனிதமான தெய்வீகமான பாடல்களை ஓதி... பார்வையாளர் களைப் பரவசத்தில் ஆழ்த்துதல்...

கீழ்க்காணும் வாய்ப்புகளில் இருந்து சரியான பதிலை தேர்ந்தெடுக் கவும்.

(a) 1 மற்றும் 2 மட்டும் சரி

(b) 2 மற்றும் 3 மட்டும் சரி

(c) 3 மட்டுமே சரி

(d) 1,2 மற்றும் 3 அனைத்துமே சரி...

துறவுப் பயிற்சிகளைக் குறித்தெல்லாம் யு.பி.எஸ்.ஸியில் கேட்கப்பட்டு இருக்கிறது பாருங்கள். இதில் ஆச்சரியம் என்னவென்றால், பொதுவாக நமது புத்தகத்தில் சொல்லப்பட்டுள்ள செய்திகளுக்குத் தகுந்தவாறான பொருத்தமான இடத்தில் உள்ள கேள்விகள் அந்தந்த இடத்தில் பொருத்தமாகக் கிடைத்துப் போவதுதான்.

என்ன கேள்வியாக இருந்தால் என்ன?

படித்தோமோ? அதைப் பற்றி தேர்வில் எழுதினோமா? மறந்தோமா? என்று இருந்தால் போதாதா? இப்படி... தியானம் குறித்த கேள்வி என்றெல்லாம் சந்தோசப்படலாமா? என்று கேட்கத் தோன்றலாம். எமோஷனல் ஒட்டுதலோடு படிக்கும் பொழுது ஞாபகத்தில் நன்றாகப் பதியும் என்பதால் சொன்னோம்.

தியானம் செய்வது குறித்து தற்காலத்தில் செய்திகள் நிறைய அடிபடுகின்றது. யோகாசனம் மற்றும் தியானம் இவை இரண்டும் ஒன்று அதைப் போல, சித்தா மற்றும் ஆயுர்வேதா இவை இரண்டும் ஒன்று என்று நினைப்பவர்கள் உண்டு. சித்தா என்பது தமிழ் மருத்துவ முறை. இதில் உலோகங்கள் சேர்ப்பதில்லை. ஆயுர்வேதா என்பது வடமொழி / சமஸ்கிருத வைத்திய முறை. அதில் உலோகங்கள், சில சமயங்களில் மிகவும் குறைவான அளவில் பாதரசம் (திரவ உலோகம்) முதலியன சேர்க்கப்படுவதுண்டு, என்றெல்லாம் சமீபத்தில் கேள்விப் பட்டோம். தியானம்... சிந்தனையை ஒருமுகப்படுத்த பயன்படுவது வரை தற்பொழுது உணர முடிகிறது. மனம் ஒருமுகப்பட்டுச் செய்யும் செயல்கள் எல்லாமே தியானம்தான் என்று ஒரு கருத்தும் நிலவுகிறது. எனவே படிப்பதும் தியானமே.

இப்படியாக... தத்துவம், தியானம் எல்லாமே குறி வைத்து அடிப்போம்! என்கின்ற இந்தப் புத்தகத்திற்குப் பொருந்தி வருகின்றது.

15.2. வாழ்வா! தேர்வா! இரண்டும் வேறு

தேர்வு என்பது வாழ்வின் ஒரு பகுதிதான், வாழ்வே தேர்வாவதில்லை! தேர்வே வாழ்வும் ஆவதில்லை!

தேர்வு முடிவில்... கவலைப்பட்டு வாழ்வை முடித்துக்கொள்கிற செய்திகள் செய்தித்தாளில் இனிமேல் இடம் பெறாமல் இருக்க, இந்தச் சொற்கள் உதவட்டும்! என்பதையும் இந்தப் புத்தகத்தில் சொல்லிவிட வேண்டியிருக்கிறது.

தேர்வு எழுதுவதற்காக... சுயத்தன்மையைப் பணயம் வைக்க வேண்டியதில்லை! நம் பெர்ஸ்னாலிட்டிக்குத் தகுந்த மாதிரி தேர்வுக்குப் படித்தால் போதும்! தேர்வுக்குத் தகுந்த மாதிரி குணத்தையே மாற்றிக் கொள்ள வேண்டியதில்லை! இது என்ன? என்று கேட்கிறீர்களா?

பெர்ஸ்னாலிட்டிக்கும் தேர்வு எழுதுவதற்கும்? என்ன சம்பந்தம்? என்று நாம் கேட்கலாம்!

உதாரணமாக...

ஒருவர் விளையாட்டில் அதிக ஆர்வம் காட்டலாம்! இன்னொருவர் இசைக்கருவி வாசிக்கலாம் மற்றொருவர் மயக்கும் குரலில் பாடலாம். ஆடல் வல்லான் போல ஆடலாம்...

இவற்றையெல்லாம் தேர்வுத் தயாரிப்பிற்காக... தியாகம் செய்து விடத் தேவையில்லை! கல்வி ஒருபோதும்... கலைகளை விற்றுத்தான் என்னைப், பெறவேண்டும் என்று சொல்வதில்லை! கலைகளும் கல்வி தானே! என்கின்ற தெளிவு நமக்குள் இருக்க வேண்டும்! திரைப்படங்கள்

குறித்த உதாரணங்களை ஓரளவிற்கு இந்தப் புத்தகத்திலே நாம் பார்க்கிறோம்.

படம்பார்த்தல்... மூலமாக பொன்னான நேரம் வீணாகிறதே! பிறகு, எப்படீங்க படிக்க முடியும்? என்று பலபேர் சொல்லக் கேட்டிருப்போம்!

சுதந்திரம்; சிந்தனையை வளர்க்க அவசியம்!

படம் பார்க்க மாட்டேன் என்று, எழுதுபவரே! அதாவது தேர்வு எழுதவுள்ள மாணவனே முடிவு செய்துவிட்டால்... அதன் பிறகு பிரச்சனையில்லை. வேறு யாராவது அவரை/ அவர்களை அதைச் செய்யாதே, அதைப் பார்க்காதே... இதையும் பார்க்காதே என்று விதிமுறைகளை வைத்து வளர்க்க முயற்சி செய்தால், பலன், மிகச்சிறப்பானதாக இருக்குமா? என்பது ஐயமே!

நாம் யு.பி.எஸ்.ஸி தேர்வுக்கு என மிகப்பலமாக தயாரிக்க ஆரம்பித்த பிறகு... கொஞ்சம் வருடங்கள் திரைப்படம் பார்க்கச் செல்லவில்லை! படிப்பை நேசிக்கத் தொடங்கிவிட்டால் பின்னர்... விடுமுறை நாளில் கூட.... ஒரு புதிய கருத்தைக் குறித்து படிக்கலாம் என்றுதான் தோன்றும். நேர்மறைச் சிந்தனை என்கிற தலைப்பில் மிக அதிகமான புத்தகங்கள் கிடைக்கின்றன. காஞ்சிபுரத்தில் ஒரு பொது அறிவுப் பயிற்சி மைய விழாவில் பேசும்பொழுது ஒரு பள்ளி மாணவர் ரோண்டா பைரின் (Rhonda Byrne) *26.8.1945 (கிரீமீ 73))!* அவர்கள் எழுதிய சீக்ரெட் என்னும் புத்தகம் குறித்துப் பேசினார். அந்தப் புத்தகத்தில் நாம் விரும்புகிற வெற்றி, நல்லெண்ணம் சார்ந்த விருப்பமாக இருந்தால் இந்த உலகின் மாபெரும் ஆற்றல் அந்த வெற்றியை நிஜமாக்க உதவ வரும் என்று சொல்லியிருக்கிறார். இதை 'கருப்பு அறிவியல்' Pseudo Science என்று சொல்பவர்களும், மெட்டா பிஸிக்ஸ் metaphysics என்று சொல்பவர்களும் உண்டு.

15.3. திரு. இராமச்சந்துருடு சார் அறிமுகம்.

அன்பு நண்பர்களே...இந்தப் புத்தகத்தை... ஸ்டீரீம் ஆஃப் கான்ஸியஸ்னெஸ் (Stream of Consciousness) என்கிற நினைவோடை உத்தியில் எழுதிவிட்டு...

ஒரே மூச்சாக பரபரவென எழுதிவிட்டு

பின்னர் உபதலைப்புக்கள் கொடுத்து புள்ளிவிவரங்கள் சரி செய்தல், முதலியன செய்யப்பட்டுள்ளன.

தேர்வில் அப்படிச் செய்ய முடியாது! என்றாலும் ஒரே மூச்சில் எழுதுகையில் ஆழ்மனம் தானாக பெரும்பாலும் சரியான தகவல்களைத் தரும்.

அப்படி பயிற்சி செய்து கொள்க.

இதோ இங்கே நாம் ஆவலுடன் காத்திருந்த பேராசிரியர் அறிமுகமாகிறார்...

(நினைவோடை உத்தியை ஜேம்ஸ் ஜாய்ஸ் பயன்படுத்தினார்)

ஐ.ஏ.எஸ் பயிற்சியிலே திரு. இராமச்சந்திருடு, சட்டப் பேராசிரியர்... கிரியேட்டிவ் விசுவலைஷேசன் (Creative Visualization) என்கிற Sakthi Gawain அவர்களுடைய (சக்தி காவெய்ன்) புத்தகத்தை மிகவும் பாராட்டி பரிந்துரைத்தார். அதற்கு அவர் அறிமுகப்படுத்திச் சொன்ன சொற்களை அப்படியே இங்கே தருகிறோம்!

"மாணவச் செல்வங்களே! வகுப்பில் தூங்குபவர்களே! தயவு செய்து தூங்கி திட்டும்? மெமோவும்! வாங்காதீர்கள். அதற்காகத் தூங்காதீர்கள் என்றும் சொல்லவில்லை. நன்றாகத் தூங்குங்கள்!"

(அவர் அப்படித்தானுங்க) (சிரிப்பு மூட்ட பேசுவது போல பேசுவார்) (பதினைந்து வருடங்கள் கழித்தும் இன்னும் ஞாபகம் வைத்திருக்கின்ற வகுப்பு வார்த்தைகள் - படித்து வாழ்வில் துணை வருகின்ற புத்தகம்)

நன்றாகத் தூங்குங்கள். ஆனால் தூங்கி மாட்டிக்கொண்டு விழிக்காதீர்கள்!

(அடடே! இது நல்லா இருக்கே! தூங்கி வழிஞ்சா எப்படி மாட்டாமல் இருப்போம்?) கண்களைத் திறந்து கொண்டே தூங்குங்கள்!

இங்கே இருந்து கொண்டே எங்கோ? இருங்கள்!

கனவு காணுங்கள்! அதற்குப் பயிற்சி அளிப்பதற்கென்றே ஒரு புத்தகத்தை பரிந்துரை செய்கின்றேன்!

இதோ... என்றார்.

குறிவைத்து அடி, என்றீர்கள் சரி...

குறி வைக்காமலும் அடி, என்றீர்கள் - அதுவும் சரி!

திரைப்படங்கள் உதவும் என்றீர்கள் - ஓரளவு ஓ.கே!

தூங்கி எழுந்து தேர்வெழுத சொன்னீர்கள் - முன்பே படித்திருந்தால் ஓ.கே... ஓ.கே...

ஆனால் இப்படிக் கண்ணைத் திறந்து கொண்டே தூங்கச் சொல்வதெல்லாம் ரொம்ப அநியாயமாகத் தெரியலையா!

என்று

நீங்கள் கேட்கலாம்!

அட... IAS பயிற்சியில் வகுப்பெடுத்த பேராசிரியர் சொன்ன விஷயம்ங்க. அதுவும் மிகவும் நல்ல விஷயம்தான்.

அறிமுகம் மட்டும்தான் அப்படி இருக்கிறது...

நமக்கு மறக்க முடியாதது... என்றும் மறக்க முடியாமல் இருக்க வேண்டும் அல்லவா?

சரி அது என்ன புத்தகம்?

சொல்கிறோம்?

15.4. அறுவா பேனா

இதுக்கு முன்பு...

'ஆரம்பித்த பொழுதே இந்தப் புத்தகம் முடிந்துவிட்டது' என்று சொல்லியிருந்தோம். இந்தச் சொற்றொடருக்கு அர்த்தம் என்னவென்று... சில பக்கங்களுக்குப் பின்னால் சொல்வதாக விட்டிருந்தோம். அப்படி என்ன புதிதாக அர்த்தம் சொல்லிவிட முடியும். ஏற்கனவே ஒரு குறளுக்கும் (அஞ்சல் - 13.7), இன்னொரு பொன் மொழிக்கும் (ஐம்பது - 13.9) சற்றே வித்தியாசமான கோணத்தில் பொருள் சொல்லியாயிற்று. வெற்றியாளர்கள் புதிய செயல்களைச் செய்வதில்லை - இருக்கிற செயல்களையே புதிய கோணத்தில் செய்கிறார்கள். வெற்றியாளர்கள் புதிய புத்தகங்களைப் படிப்பதில்லை - இருக்கிற புத்தகத்தையே புதிய பார்வையோடு பார்க்கிறார்கள்...

"அறுவா - நாங்க வெட்டுனாலும் வெட்டும்லா" என்று ஒரு வீராவேசமான சினிமாப்பட வசனம் உண்டு அதே மாதிரி!

பேனா... நாங்க எழுதினாலும் - எழுதும்லா!

என்று வீராவேசமாக... நிறைய இளைய தலைமுறையினர் தேர்வுக்களம் காண வேண்டும்... என்பதற்காகத்தான்...

'ஆரம்பிக்கும் பொழுதே புத்தகம் முடிந்து விட்டது' என்று எழுதினோம். இப்படித்தான் ஜேம்ஸ் ஜாய்ஸ் எழுதுவாராம்.

யாருங்க அவரு!

நமக்கு தெரிஞ்சிருக்கும்.

இடியோகிளாஸ்ஸி... என்கிற மொழிநடை மூலமாக எழுதினாராம்...

சும்மா...

இடியோகிளாஸ்ஸி என்றால் என்ன?

இடிமுழக்கப் பேச்சாளன்றாங்களே... மேடை மேலே அனல் பறத்துவாங்களோ...

கட் கட் கட்

இல்லைங்க...

Idioglossy என்றால் சில பேருக்கு மற்றும் பொருந்திப் புரிகிற மொழி வழக்கு எனலாம்... ஜேம்ஸ் ஜாய்ஸ் யுலைசிஸ் என்கிற பிரபல புத்தகம் எழுதினார்... மீண்டும் சொல்கிறோம்.

இவர் எழுதிய இன்னொரு புத்தகம் "Finnegans Wake" "யாரோ இறந்து போனதிற்காக செய்த சடங்கு" - என்ற மாதிரித் தலைப்பு தெரிகிறது. இந்த புக்கிற்கு என்ன ஸ்பெஷாலிட்டி என்றால்...

பதினேழு வருஷம் எழுதின புத்தகம்ங்க... தெரியுங்களா? ஆனால்...

ரொம்ப கொஞ்சம் பேர்தான் படிச்சாங்களாம்.

படிப்பாங்களாம்.

உங்க சந்தேகம் சரி.

நாமும் படிக்கலை

ஏனென்றால்... படிச்சா... சரிவற புரியாதுங்களாம். அது சரி... நிறைய புத்தகங்கள் நமக்கு அப்படித்தானே... இருக்கு என்றாலும் இது கொஞ்சம் ஓவராம்...

பிறகு எப்படித் தெரிஞ்சது என்கிறீர்களா?

நியூட்ரான் புரோட்டான் தெரியுமா?

அது கண்ணுக்குத் தெரியாது

இதுநாள் வரை அவைதான் சிறிய துகள்கள் என்று நினைத்தோம்.

அவை... அவற்றுக்குள் மூன்று - குவார்க் - quark என்கிற ஆரம்பத் துகள்களைக் கொண்டுள்ளனவாம்.

ஆமாங்க... நம்ப முன்பு படிச்ச பாட புக்கில் இல்லை.

ஆனா க்வாண்டம் பிசிக்ஸ் சொல்லுது

இன்னும் சின்னதா... நியூட்ரினோ... இது லெப்டானாம்

இதை நமக்கு பேப்பர்ல பார்த்துப் பழக்கம்.

அந்த quark என்கிற சொல்... பின்னிகன்ஸ் வேக் - புத்தகத்தில் இருந்து எடுத்தது. அந்தப் புத்தகம் மாதிரி புரியாத... உணர வைக்கிற வாசகம்.

'ஆரம்பித்த உடன் முடிக்கிற புத்தகம்' இது

"புத்தகம் ஆரம்பிக்கும் பொழுதே முடிந்துவிடுகின்றது"

என்று கூறியதற்குக் காரணம் தேடித்தான் விளக்கம் அளிக்கச் சென்றோம். அங்கேயிருந்து,

"ஃபின்னிகன்ஸ் வேக்" என்கின்ற புத்தகத்தைப் பற்றி தெரிந்து கொண்டோம். எல்லோரும் படிப்பதற்காகத்தான் புத்தகத்தை அறிமுகம் செய்வார்கள், ஆனால் "ஃபின்னிகன்ஸ் வேக்" என்கிற புத்தகம்... சாதாரண படிப்பாளர்கள் (General Audience) படிக்க உகந்தது அல்ல என்றுதான் அறிமுகப்படுத்தப்பட்டு இருந்தது. அதுவே அந்தப் புத்தகம் குறித்தும் அதன் ஆசிரியர் ஜேம்ஸ் ஜாய்ஸ் குறித்தும்... மேலும் மேலும் படிக்க ஆர்வம் தந்தது.

ஜேம்ஸ் ஜாய்ஸ் *(1882 - 1941)* ஆங்கில நவீன இலக்கியத்தில் குறிப்பிடத் தகுந்தவர். ஆனால் ஃபின்னிகன்ஸ் வேக் - காரணமாகவோ என்னவோ... அவருக்கு இலக்கியத்திற்கான நோபல் பரிசு கடைசிவரை கிடைக்காமலே போய்விட்டது.

15.5. எக்ஸ்பிரஸ் இரயில்:-

அது போனால் போகட்டும் நம் புத்தகத்தை ஏன் ஆரம்பிக்கும் போதே முடிந்துவிட்டது என்று கூறினோம்... என்பதற்கான காரணங்கள் இதோ...

1. படிக்க ஆரம்பித்ததே இந்தப் புத்தகம் நமக்கு உபயோகமாகும் என்று முடிவு செய்ததால்தான். அதிலுள்ள ஏதாவது கருத்து / செய்தி/ சிந்தனை நிச்சயம் கண்மேல் பலன் தரும். (எவ்வளவு நாள் கைமேலேயே பலன் தருவது?)

2. குறிவெச்சு அடி... ஆரம்பித்தால்... இடையில் நிற்காத எக்ஸ்பிரஸ் இரெயில்... அதிலே... விரும்பி ஏறியவர்களின் விறுவிறுப்பிற்கு பஞ்சம் வைப்பதில்லை எனவே ஆரம்பித்தால் முடிவு வரை பயணிப்பீர்கள்.

3. ஆரம்பிக்கும் போதே முடிந்துவிட்டது என்று ஆரம்பத்தில் சொல்ல வில்லை... முடிவில்தான் சொல்கிறோம்... எனவே இவ்வளவு தூரம் படித்துவிட்டவர்கள் நிச்சயமாக... இந்த இடத்தில் முடிப்பதற்காக... புத்தகத்தைத் தொடரவில்லை... கட்...காபி... பேஸ்ட் செய்து கேள்விகளை படிப்பவர்களுக்குக் கொடுத்து சிந்தனைகளைப் பார்ப்பவர்கள் மனதுக்கே விட்டுவிடாத இந்தப் புத்தகத்தை... முடிக்கும் முன்பு முடிந்துவிட்டது என்று நாம் ஏன் நினைக்கப் போகிறோம்?

15.6. நம்பினார் கெடுவதில்லை

ஒரு வேலையைச் செய்யத் தொடங்கும் முன்பே டீடெய்லாக அது எப்படி எப்படி நடந்து எப்படி எப்படி நல்லமுறையில் பலன்தரப் போகிறது என்றெல்லாம்... நேர்மறையாகத் திட்டமிட்டு முதலில் மனதளவில் ஒரு தேர்வு எழுதி வென்றுவிட்டு பிறகு விண்ணப்பத்தை அனுப்பி வைக்க வேண்டும். உதாரணமாக ஆங்கில நடிகர் ஜிம் கேரி (Jim Carrey) என்பவர்... தான் நடிப்புத் துறையில் சிரமப்பட்ட காலத்திலேயே *1985*-களில் தன் எதிர்காலம் சிறப்பாக இருக்கும் என்று நம்பினார்... நம்பியதோடு நின்றுவிடவில்லை... இன்னொரு படியும் அதிகமாகப் போனார்... அது நாமும் குறிவெச்சு அடிக்க உதவும் தகவல். இப்படி "ஆரம்பிக்கும் போதே முடிக்கிற" எண்ணம் நமக்கும் வரவேண்டும் என்பதற்காகத்தான் - இந்தப் புத்தகம் ஆரம்பித்தவுடனே முடிந்துவிட்டது என்று கூறினோம்.

இப்படியாக... புத்தகம் ஆரம்பித்தவுடன் முடிந்துவிட்டது என்று சொல்லியதற்கு மூன்று ப்ளஸ் ஒன்று போனஸாக... நான்கு காரணங்களைச் சொல்லியாகிவிட்டது. ஐந்தாவதாக... நன்றாக ஆரம்பிக்கப்பட்ட செயல்... பாதி முடிந்துவிடுகிறது என்று சொல்வார்கள்... (Well Begun is half done) என்கிற பொன்மொழியும் சொல்லப்படுகிறது. எனவே குறிவெச்சு அடிக்கப் போகிறவர்கள் நன்றாகத் தொடங்கி முடிக்க வாழ்த்துக்கள்.

ஜிம் கேரி... என்ன எழுதினார்?

இராமச்சந்துருடு ஐயா? குறிப்பாகக் கூறிய புத்தகத்தின் பெயர் என்ன?

என்கின்ற இரண்டு கேள்விகளுக்கு மட்டும்... பதில் தர வேண்டும்...

இரண்டாவது கேள்விக்கான பதில் முதலில்,

அந்தப் புத்தகத்தை ஏற்கனவே குறிப்பிட்டுள்ளோம்...

Creative Visualization by Sakthi Gawain - சக்தி காவெய்ன் அவர்கள் எழுதிய அந்தப் புத்தகத்தை அவசர அவசரமாகத் தேடி வாங்கினோம்...

டிரெய்னிங் முடிந்து நிறைய நாட்கள் கழித்துத்தான் வாங்க முடிஞ்சுது.

ஆனாலும் அற்புதமான புத்தகம்.

கிட்டத்தட்ட டாக்டர் அப்துல்கலாம் ஐயா... கூறிய கனவு காணுங்கள் என்கிற செய்திதான் புத்தக வடிவத்தில்... வந்துள்ளது. படிப்படியாய் எப்படி... நல்ல நம்பிக்கைகளை உருவாக்கிக் கொள்வது? எப்படி அவநம்பிக்கையையும் மூடநம்பிக்கையையும் நீங்கச் செய்வது...

எப்படி சரியான இலக்கை இனங்கண்டு கொள்வது என்றெல்லாம் எழுதியிருக்கிறார்.

'சுய யோசனை' என்று மொழிபெயர்க்கிற நாம நன்றாகப் படிக்கிறோம் - என்று நமக்கு நாமே நம்ப வைக்கிற ஆட்டோ சஜஸன் (Auto Suggestion) என்கிற முறையைப் பின்பற்ற கேட்கும்... "படைப்பாக்கம் பார்வையாக்கம்" என்று தமிழ்ப்படுத்தப்படும் அந்தப் புத்தகம் ஒரு மிகச்சிறந்த புத்தகமே!

15.7.- புள்ளி விவரமாய் சொல்லி! அடி!

நாம் எதை மனதால் பார்க்கிறோமோ! அது நன்மை தருவதாக இருந்தால் (நமக்கு மட்டும் அல்ல) அது நிஜமாக அமைகிற மாதிரி... செய்வதற்கான வழி! நம்பிப் பார்ப்பது மட்டுமே ஆகும்... குறி வைத்து அடிக்க ஆரம்பிக்கும் போதே! வெற்றிக் கனி நமக்குத்தான் என்று நம்புவதும் தொடங்க வேண்டும்! அதற்குப் பதிலாக... முதல் கோணல்... என்கிற பழமொழிக்குப் போகக்கூடாது.

ஜிம் கேரி எழுதிய காசோலைக்கு வருவோம்!

என்ன காசோலை என்கிறீர்களா!

அதுதான் சற்று முன்பு கேட்ட முதல் கேள்விக்கான விடை!

ஜிம் கேரி தன் வெற்றியயைத் தானே பார்வையாக்கம் மூலம் படைப்பாக்கம் செய்தார். தான் தொழிலில் வெற்றிபெற்றால் சன்மானம் காசோலையாய்த்தானே வரும்!

அது எப்படி வரும்?

என்று வரும்?

எதற்காக வரும்?

எவ்வளவு வரும்?

என்பதை எல்லாம் எதிர்காலத்திடம் விட்டுவைத்துவிட அவர் விரும்ப வில்லை.

நிகழ்காலத்திற்கு இழுத்து வர அவர் விரும்பினார்!

தானே காசோலையை எடுத்தார்... தன் பெயரையே எழுதினார், ஒரு பத்து வருடம் டைம் கொடுத்து 1995 என்று வருஷத்தை எழுதினார்... (அவ்வளவு வருடங்களா? என்று மலைத்துப் போபவர்கள்... தொலை நோக்குப் பார்வை மற்றும் தாங்கும் சக்தி... பொறுமை, நம்பிக்கை... ஆகியவற்றைக் கவனிப்போம்) சிறந்த நடிப்பு சேவைக்காக உங்களுக்கு சன்மானம் என்று எழுதினார்...

பத்து மில்லியன் டாலர் என்றும் எழுதினார்?

அதைப் பைக்குள் வைத்துக்கொண்டு அயராது உழைத்தார்...

நம்பிக்கை சரிந்த போதெல்லாம்... அந்தக் காகிதம்... அவர் காதில்... உற்சாகப் பாடல் பாடி... தும்பிக்கை போல தூக்கி நிறுத்தியது...

1995ஐ அடைந்தபொழுது அவர் வைத்திருந்த காகிதம்... பொடிந்து போயிருக்கலாம்... கனவு பொய்யாகவில்லை!

அவ்வளவு சம்பளம் எழுதிய காசோலைகள் நிஜமாகவே கிடைக்க ஆரம்பித்தன என்று அவர் சொல்வது... யூ ட்யூபில்... உங்களுக்காகக் காணக்கிடைக்கிறது.

15.8. அந்தாதி

ஆக குறிவைத்து அடிக்கப் புறப்பட்ட நாம்... பல கேள்வி பதில் களைப் பார்த்துத் தீர்த்துவிட்டோம்! இனித் தெம்பாகத் தீர்வு காணப் புறப்படுவோம்! எல்லாக் கேள்விகளும் முடிந்து போய்விடாது! புதிய கேள்விகள் புறப்படும்... அதற்கு பதில்கள் தேடுவதும் தொடரும்...

அதாவது...

முடிக்கும் பொழுதுதான் இந்தப் புத்தகம் ஆரம்பிக்கிறது...

என்ன ஆரம்பம்? என்கிற கேள்வியோடு...

Keywords

A

1	அக்பவா வளைகுடா	12.2
2	அலிபாபா	10.2 10.3
3	அலும்னி (Alumni)	1.3
4	அலும்னஸ் (Alumnus)	1.3
5	அலும்னா (Alumna)	1.3
6	அஸ்ஸாம்	12.3
7	அ. முத்துலிங்கம்	4.3
8	அமெரிக்க ஐக்கிய நாடுகள்	4.3
9	அந்தமான்	12.7
10	அறம்	6.1
11	அருணாச்சலப் பிரதேசம்	12.3
12	அரெக்டார் பைலி	1.5
13	அரேக்னா	11.3
14	ஆட்டோட்ரோப்	7.2
15	ஆல்வின் டோஃப்ளர்	14.3
16	ஆர்த்தோடாக்ஸ்	13.8
17	ஆறுமுகம்	2.3
18	டாக்டர். A.P.J. அப்துல்கலாம்	6.1
19	ABS - Access and Benefit sharing	4.7
20	ATR	12.7

B

1	பாபர்	2.2
2	பாபர் நாமா	2.2
3	பால்பன்	3.1
4	பாமினி சுல்தான்கள்	3.1
5	பிரெட்டன் வூட்ஸ்	4.3

6	புரூஸ்லீ	8.4
7	BRI - Belt and Road Initiative	12.6 12.8
8	Butterfly effect - பட்டாம்பூச்சி விளைவு	7.4

C

1	CBD - Convention on Biological Diversity	4.7
2	CBS - Combi Braking System	5.4
3	CCR 5	6.5
4	CRISPR-Cas9	6.5
5	Cas 9	6.5
6	கேயோஸ் தியரி (Chaos theory)	7.4
7	கனடா (Canada)	4.3, 4.4
6	சிசேட் (CSAT)	2.1

D

1	DD பாசு	8.3
2	Dee	5.2
3	Dianthus	7.4
4	டிம் ஃபேரிஸ் Tim Ferriss	13.9
5	டைமன்ட் ஜுபிலி	1.3
6	டேனியல் சமோவிட்ஸ்	5.1
7	தீபிகா படுகோன்	4.2
8	தீபக் சோப்ரா	4.2
9	தேவதேவன்	4.7
10	டாக்டர். A.P.J. அப்துல்கலாம்	6.1

E

1	எட்டிமாலஜி (etimology)	5.2
2	எலக்ட்ரான்	5.2
3	எர்னஸ்ட் லாரன்ஸ்	5.2
4	ஏர் இந்தியா	8.2
5	எமிலி லெவைன்	13.8
6	எப்பிஃபைட்ஸ்	7.1
7	எதிக்கல் டம்பிங்	6.4
8	ஏதினா	11.3

F

1 FAO (1945) Rome 11.5

2 ஃபோட்டோரிசப்டார் 5.1

3 "Finnegans Wake" "யாரோ இறந்து போனதிற்காக செய்த சடங்கு" 15.4

4 ஃபெடரல் அஃபென்ஸ் 6.5

5 ஃபிரண்ட் லைன் 12.2

6 ஃப்யூட்சர் ஷாக் (Future shock) 14.3

G

1 கோல்டன் ஜுபிலி 1.3

2 க்ரோ மோர் 5.1

3 கூஸ் 1.5

4 கோவா 8.2

5 குஜராத் 12.3

H

1 ஹுமாயூன் 2.2

2 ஹெமிபாரசைட் 7.3

3 ஹோர்ரி மேட்டாக்ஸ் 14.8 14.9

4 ஹோமோ டியூஸ் 15

5 ஹோமோ பேரசைட் 7.3

6 ஹிட்லர் 4.3

7 ஹெட்டிரோஃட்ரோஃப் 7.2

8 ஹெட்டிரோடாக்ஸ் 13.8

9 U ஜியன் குய் (He Jian kui) 6.5

I

1 இம்பீரியல் வங்கி 8.2

2 இமாலய மலைகள் 10.1

3 இலட்சத்தீவுகள் 13.2

4 இலை மாற்றங்கள் 7.5

5 இறந்த கடல் 12.2

6 இஸ்தான்புல் 12.2

7 இடியோகிளாஸ்ஸி 15.4

8 ஐக்கிய நாடுகள் வளர்ச்சித் திட்டம் (UNDP) 11.4

J

1 ஜப்பான் 4.4

2 ஜலசந்தி 13.2

3 ஜாவா தீவுகள் 13.2

4 ஜான் லிட்டில் 8.5

5 ஜெய்ப்பூர் பள்ளி (Jeippur School) 9.1

6 ஜேக் மா 10.3 13.10

7 ஜேக் சி சல்ட்ஸ் 5.1

8 ஜேம்ஸ் ஜாய்ஸ் 15.4

9 ஜெர்மனி 4.3 5.4

10 ஜிம் கேரி (Jim Carrey) 15.6

K

1 கணியன் பூங்குன்றனார் 14.3

2 கமக்காரன் 4.3

3 கருங்கடல் 12.2

4 கல்யான் 3.1

5 கடன் கண்ணி (Debt Trap) 12.8 13.1

6 காகிதப்பூ 5.1

7 காங்ரா பள்ளி (Kangra school) 9.1

8 காஸ்பியன் கடல் 12.2

9 கொஅப்பன் 5.2.1

10 குவிமாடம் 3.1

11 கியாஸ்ஸுதீன் பால்பன் 3.1

12 கிரியேட்டிவ் விசுவலைஷேசன் (Creative Visualization) 15.3

13 கிஷன்கர் பள்ளி (Kishangarh School) 9.1

14 கிட்ஃப்ளுயன்ஸர் 4.2

15 க்யோட்டோ நெறிமுறை 4.3

16 கேம்ப்ரிட்ஜ் பல்கலைக்கழகம் 14.1

L

1 LMO - Living modified organisms 4.7

2 லைகோஃபீன் 4.7

3 லின்னேயஸ் 5.1

4 லோக்சபை 8.1

5 லியோனார்டோ டாவின்ஸி 9.2

6 லூரவர் 9.3

7 லோகாயதா மற்றும் காபாலிகா 13.8

M

1 முதலாம் பானிபட் 2.3 3.1

2 மீநுண் இயந்திரம் 3.4

3 மான்ட்ரீயல் நெறிமுறை 4.3

4 MAT - Mutually Agreed Terms 4.7

5 Dr. மீனாட்சி சுந்தரம் ஐ?ஏ?எஸ் 4.8, 5.2

6 மெதுவான விலங்குகள் 5.1

7 மத்திய தரைக்கடல் பகுதி 5.2.1

8 மைக்கேல் டீம் 6.5

9 மங்கள் பாண்டே 8.2

10 மனித உடலின் (ஆற்றல்களை) வெளிப்படுத்தும் கலை (The Art of Expressing Human Body) 8.5

11 மோனாலீஸா 9.3

12 மார்ஜினல் ஸ்டாண்டிங் ஃபேசிலிடிரேட் (Marginal Standing Facility Rate) 10.2

13 மத்தியத் தரைக்கடல் 12.2

14 மாலத்தீவுகள் 13.2

மைமாம்ஸம் மற்றும் வேதாந்தம் 13.8

மகாகவி பாரதி 14.2

N

1 நாகோயா நெறிமுறை 4.3

2 நான் எப்படி உண்மையுடன் நட்புப் பூண்டேன் 13.8

3 நாலு மணி நேர - வேலை வாரம் (The Four hours work week) 13.9

4	திரு.நெல்லைமுத்து	13.4
5	நியாய மற்றும் வைஷேஷிகம்	13.8
6	நியூட்ரினோ	15.4
7.	நியூஹேம்ப்ஸையர்	4.3

O

1	ஒன்றுக்கும் உதவாதவன்	4.3
2	ஓம்படைக்கிளவி	8.2
3	ஓசோன்	4.3
4	ஒட்டுண்ணி	7.2

P

1	பன்னாட்டு நிதியம்மிவிதி	4.3
2	பன்னாட்டு சீரமைப்பு மற்றும் வளர்ச்சி வங்கி (IBRD)	4.3
3	பத்து டிகிரி நீர்த்தடம்	13.2
4	பருவக்காற்று வீசும் பகுதி	5.2.1
5	பாணி தானி	9.1
6	பாஸிட்ரான்	5.2
7	PET - பாஸிட்ரான் எமிஸன் டோமோகிராஃபி	5.2
8	பிளாட்டினம் ஜுபிலி	1.3
9	பிரெய்லி புல்வெளி	5.4
10	புதுவாழ்வு	4.3
11	புவியரசியல்	12.8 13.1
12	பூந்திப் பள்ளி (Bundi school)	9.1
13	பேப்பர் ஜுபிலி	1.3
14	பேரசிட்டாலஜி	3.3
15	பைட்டோட்ரான்	5.2
16	பொருளாதார குவிப்பு	6.4
17	PTA - Preferential Trade Agreement	4.7
18	PIC - Prior Informal consent	4.7

Q

1	குவாண்டம் பிஸிக்ஸ்	13.8
2	குவார்க் - quark	15.4

R

1 இரமண மகரிஷி 5.3
2 ரோண்டா பைரின் 15.2
3 ரோல்ஸ்ராய்ஸ் 4.3
4 இராஃப்ளேஸியா (RAFFLESSIA) 7.3
5 இராபர்ட் கிளைவ் 8.2
6 இராஜஸ்தான் 9.2
7 இராயல்டி 4.7
8 இரஸ்தோகி 2.3
9 ரெட்டினா 4

S

1 SDR (Special Drawing Rights) 4.5
2 சந்தன மரம் 7.3
3 சக்தி காவெய்ன் (Sakthi Gawain) 15.3
4 சந்தோஷ் சுப்ரமணியம் 4.1
5 சங்கியா மற்றும் யோகா 13.8
6 சவந்த் சிங் 9.2
7 சவான்னா புல்வெளி 5.2.1
8 சாமியா அலி 4.2
9 சில்வர் ஜுபிலி 1.3
10 சீக்ரெட் 15.2
11 சுமத்ரா 13.2
12 Stem Cell Therapy - ஆதார செல்கள் 6.3
13 செல்வமணி 4.7
14 செங்கிஸ்கான் 3.1
15 செர்ஜியோ கனாவெரோ 6.4,6.5
16 சைக்ளோட்ரான் 5.2
17 சைக்ளோ...பினான்த்ரீன் 13.3
18 சூயஸ் வளைகுடா 12.2
19 ஷியோஃபைட் 7.2
20 ஸ்டேன்லி லேன்ஃபூல் 2.2
21 ஸ்கூல் ஆஃப் எக்ஸெல்லன்ஸ் ஃபார் லா 10.2
22 ஸ்டீவன் ஹாக்கிங் 8.2

23	ஸ்பெக்ட்ரம்	11.4
24	ஸ்டெப்பி புல்வெளி	5.4
25	ஷி ஜின்பிங்	12.8
26	ஷெர்லாக் ஹோம்ஸ்	13.10
27	S.N. கோயங்கோ	15

T

1	தத் அண்ட் சுந்தரம்	8.3
2	தி இந்து	12.2
3	திரு. ச.சரவணன்	2.2
4	திரு. பாண்டியன்	13.3
5	திரு. இராமச்சந்திரடு	15.3
6	திருவள்ளுவர்	13.7
7	திருவாசகம்	4.2
8	தியோபிரஸ்டஸ்	7.4
9	துருக்கி	12.2
10	தேவாரம்	4.2
11	தைமூர்	2.2
12	டாடாமெக்ரா ஹில்	11.4
13	டேஸ்ட்மேக்கர்	4.2
14	The Power of Positive thinking - Norman Vincent Peal	13.11
15	டைம்ஸ் ஆஃப் இந்தியா	14.1

U

1	UNFCC	4.4
2	UNICEF 1946 நியுயார்க்	11.5
3	உலகப் பொருளாதாரக் கண்ணோட்டம்	11.4
4	உலகப் பொருளாதார நிறுவனம் (WEF) World Economic Forum	11.4
5	உலக வங்கி	11.4
6	Ulysses உலைசெஸ்	14.8

V

1	வெனிசுலா	5.2.1
2	வளைகுடா	13.2
3	வள்ளலார்	5.2

4	வைரஸ்	4.1
5	விராட் கோலி	4.2
6	விரிகுடா	13.2
7	வசனாமிர்தம்	5.3
8	விட்டமின் D	13.2 13.3 13.4

W

1	What a Plant knows	5.1
2	WHO (1948) Genera	11.5
3	யூரோப்பியன் யூனியன்	12.8
4	WTO (1995) Genera	11.5

Y

1	யுனிக்	11.4
2	யுவல் நோவோ ஹராரி	15

vo